அஞ்சும் மல்லிகை

அஞ்சும் மல்லிகை

கிரீஷ் கார்னாட் (பி. 1938)

கடந்த ஐம்பதாண்டுகளுக்கும் மேலாக நவீன கன்னட நாடக உலகில் ஊக்கத்துடன் இடைவிடாமல் இயங்கிவரும் ஆளுமைகளில் முக்கியமானவர் கிரீஷ் கார்னாட். வரலாறு, தொன்மம், சமூகம் எனப் பல்வேறு பின்னணிகள் சார்ந்து கன்னட மொழியில் பதினைந்துக்கும் மேற்பட்ட நாடகப்பிரதிகளை உருவாக்கி அளித்துள்ளார். அவை தமிழ், மலையாளம், இந்தி, மராத்தி, வங்காளம் எனப் பல மொழிகளில் மொழிபெயர்க்கப்பட்டுள்ளன. இந்தியாவின் மிக முக்கியமான நாடக இயக்குநர்கள் எனப் புகழ்பெற்ற இப்ராஹிம் அல்காசி, பி.வி.காரந்த், பிரசன்னா, அரவிந்த கௌர், விஜய் மேத்தா, சியாமானந்த ஜலன், ஜாபர் மொகிதீன் போன்றவர்களால் கிரீஷ் கார்னாடின் நாடகங்கள் இந்தியாவெங்கும் மேடையேற்றப்பட்டிருக்கின்றன.

இந்தியாவின் முக்கியமான இலக்கிய விருதுகளில் ஒன்றான ஞானபீட விருது 1998ஆம் ஆண்டில் கிரீஷ் கார்னாடுக்கு வழங்கப்பட்டது. பத்மஸ்ரீ, பத்மபூஷன் விருதுகளையும் இவர் பெற்றிருக்கிறார். தனித்துவம் வாய்ந்த தன் திறமையால் மிகச்சிறந்த திரைப்பட இயக்குநராகவும் குணச்சித்திர நடிகராகவும் கிரீஷ் கார்னாட் நாடறிந்த ஆளுமைகளில் ஒருவராக விளங்குகிறார்.

பாவண்ணன் (பி. 1958)

மொழிபெயர்ப்பாளர்

நவீன தமிழ்ச்சிறுகதைப் படைப்பாளிகளின் வரிசையில் முக்கியமானவர் பாவண்ணன். இயற்பெயர் ப. பாஸ்கரன். பதினேழு சிறுகதைத்தொகுதிகளும் மூன்று நாவல்களும் இரு குறுநாவல்களும் மூன்று கவிதைத்தொகுதிகளும் இருபது கட்டுரைத்தொகுதிகளும் ஐந்து குழந்தைப்பாடல் தொகுதிகளும் சிறுவர் கதைத்தொகுதியொன்றும் இவருடைய சொந்தப் படைப்புகள். ஐந்து நாவல்கள், ஒன்பது நாடகங்கள், இரண்டு தலித் சுயசரிதைகள், ஒரு சிறுகதைத்தொகுதி, கன்னட தலித் எழுத்துகளைப்பற்றிய அறிமுக நூல், நவீன கன்னட இலக்கிய முயற்சிகளை அடையாளப்படுத்தும் இரண்டு தொகைநூல்கள் என எண்ணற்ற படைப்புகளைக் கன்னட மொழியிலிருந்து தமிழில் மொழிபெயர்த்துள்ளார்.

1995இல் வெளிவந்த 'பாய்மரக் கப்பல்' என்னும் நாவலுக்கு இலக்கியச்சிந்தனைப் பரிசும் 'பயணம்' என்னும் சிறுகதைக்கு 1996இல் கதா விருதும், 'பருவம்' என்னும் கன்னட நாவலை மொழிபெயர்த்தமைக்காக 2005இல் சாகித்திய அகாதெமி விருதும் பெற்றவர். 2018இல் இந்திய - அமெரிக்க வாசகர் வட்டம் வாழ்நாள் சாதனையாளர் விருதளித்துக் கௌரவித்தது.

மனைவி: அமுதா. மகன்: அம்ரிதா மயன் கார்க்கி.

மின்னஞ்சல்: paavannan@hotmail.com

அன்பார்ந்த வாசகருக்கு,

வணக்கம்.

காலச்சுவடு நூலை வாங்கியமைக்கு நன்றி.

நூலின் உள்ளடக்கம், உருவாக்கம், அட்டைப்படம் இன்ன பிற அம்சங்கள் பற்றிய உங்கள் கருத்துகளையும் ஆலோசனைகளையும் காலச்சுவடு வரவேற்கிறது. தகவல், எழுத்து, வாக்கியப் பிழைகள் தென்பட்டால் கட்டாயம் தெரிவித்து உதவுங்கள். நூல் தயாரிப்பில் கடும் குறைபாடு இருப்பின் மாற்றுப் பிரதி உங்களுக்குக் கிடைக்கக் காலச்சுவடு ஏற்பாடு செய்யும்.

மின்னஞ்சல்: publisher@kalachuvadu.com

காலச்சுவடு நாகர்கோவில் தலைமையகத்துக்கும் கடிதம் அனுப்பலாம்.

தங்கள்
எஸ்.ஆர். சுந்தரம் (கண்ணன்)
பதிப்பாளர் – நிர்வாக இயக்குநர்

கிரீஷ் கார்னாட்

அஞ்சும் மல்லிகை

கன்னடத்திலிருந்து தமிழில்

பாவண்ணன்

காலச்சுவடு பதிப்பகம்

அஞ்சும் மல்லிகை ❖ நாடகம் ❖ ஆசிரியர்: கிரீஷ் கார்னாட் ❖ © கிரீஷ் கார்னாட் ❖ கன்னடத்திலிருந்து தமிழில்: பாவண்ணன் ❖ மொழிபெயர்ப்பு © பாவண்ணன் ❖ முதல் (குறும்) பதிப்பு: நவம்பர் 2018 ❖ வெளியீடு: காலச்சுவடு பப்ளிகேஷன்ஸ் (பி) லிட்., 669 கே.பி. சாலை, நாகர்கோவில் 629001

காலச்சுவடு பதிப்பக வெளியீடு: 849

ancum mallikai ❖ Play ❖ Author: girish KarnaaT ❖ © Girish Karnad ❖ Translated from Kannada by: Paavannan ❖ Translation © Paavannan ❖ Language: Tamil ❖ First (Short) Edition: November ❖ Size: 14 x 15cm ❖ Paper: 18.6 kg maplitho ❖ Pages: 144

Published by Kalachuvadu Publications Pvt. Ltd., 669 K.P. Road, Nagercoil 629001, India ❖ Phone: 91-4652-278525 ❖ e-mail: publications@kalachuvadu.com ❖ Printed at Compuprint Premier Design House, Chennai 600086

ISBN: 978-93-86820-80-8

12/2018/S.No. 849, kcp 2185, 18.6 (1) MLL

பாத்திரங்கள்

யாமினி
சதீஷ்
ஜூலியா
கௌதம்
டேவிட்
டாக்டர்

காட்சி: 1

(சதீஷ், கௌதம், யாமினி, ஜூலியா அனைவரும் சமையலறையில் சாப்பிட்டு முடிக்கிறார்கள்.)

சதீஷ்: அவளுடைய இருபத்தோராவது பிறந்தநாளுக்காக முந்தாநாள் அவள் அம்மாவும் அப்பாவும் வருவதா இருந்தாங்க. அவுங்க வரும்போது தெரியப்படுத்திடலாம்ன்னு முடிவாயிருந்தது. அவுங்க பிரான்ஸிலிருந்து வந்து ஓட்டலுக்கு வர நாலுமணி ஆகும். டீ குடிச்சி முடிக்க அஞ்சாவும். அப்ப அவுங்களிடம் ஹரீனைப்பற்றி ஜூலியா சொல்லறது, அதுக்கப்புறம் அஞ்சரைமணிக்கு சரியா ஹரீன் வருவது, தன்னுடைய அம்மா அப்பாவுக்கு ஹரீனை ஜூலியா அறிமுகப்படுத்தறது, அன்றைக்கு இரவு அவுங்களோடேயே ஹரீனும் சேர்ந்து சாப்பிடறது என்று எல்லாமே சரியா திட்டமிடப்பட்டிருந்தது...

(எல்லோரும் கொல்லெனச் சிரிக்கிறார்கள்.)

கௌதம்: அவ்வளவு சுலபம்! எளிமை!

சதீஷ்: அவ்வளவு சுலபம்! எளிமை!

கௌதம்: அப்போ, ஃபொண்டேன்ப்ளாவேலிருந்து வந்த கர்னல் பாமர் ஜோன்ஸ் ஹெர்ரேயை அன்போடு தழுவிக் கொள்வார். 'என்ன சொல்வது! எப்பவுமே எங்களுக்கு உன்னைப்போன்ற கருப்பு மருமகனே தேவை' என்று அவனை வரவேற்பார்!

ஜூலியா: *(யாமினியிடம்)* உனக்கு தெரிஞ்சிருக்கணுமே, போன வருஷம் பெட்ரீஷியாவுடைய தங்கை விடுப்பில் இங்கே வந்தபோது, அவளுடைய அப்பா பெட்ரிஷியாவுக்கு 'உன் தங்கை, அரைகுறை இந்தியர்களைப்போன்ற சந்தேகத்துக் குரிய ஆட்களுடைய விஷயத்துல அகப்படாம இருக்கறது நல்லது'ன்னு எழுதினாராம்...

கௌதம்: அப்புறம்?

சதீஷ்: அப்புறம் என்ன? சொன்ன நேரத்துக்கு ஹரீன் அவுங்க இருந்த ஒட்டலுக்குப் போய்ச் சேர்ந்தான்.

கௌதம்: *(சிரித்தபடி)* கழுத்தைச் சுற்றி ஒரு பட்டு ஸ்கார்ப்ஃ, பளபளன்னு பளிச்சிடுகிற நீளமான முடி. ஒருநாள் முழுக்க அழுத்தி அழுத்தி சீவினது. துல்லியமான உச்சரிப்போடு கூடிய அவனுடைய அருமையான ஆங்கிலம்! அப்படியே அந்தக் காட்சி கண்ணுக்குமுன்னாலியே நிக்குது.

சதீஷ்: அவுங்க அறைக்குப் போய் கதவை தட்டினானாம். கதவை திறந்த கர்னல், வாசலிலேயே கதவுக்குக் குறுக்காலே நின்னாராம். எவன் ஹரீன்னு தன்னுடைய பேரை சொன்னானாம்.

கௌதம்: *(ஹரீனின் ஆங்கில உச்சரிப்பைப்போலவே)* ம்... யாம் எம்... ஹெர்ரே... ஹெர்ரே சௌட்ரீ...

சதீஷ்: அந்த கர்னல், 'நீ யார்ங்கறதெல்லாம் எனக்குத் தேவையில்லை, போ இங்கேயிருந்து'ன்னு சொன்னாராம். அந்த நேரத்துல அறைக்குள்ளிருந்து 'ஹெர்ரே, என்னை அவுங்க கிட்நாப் பண்ண திட்டமிட்டிருக்காங்க. இப்ப நீ போயிட்டா, ஒருநாளும் இனிமேல் நாம சந்திக்கவே முடியாது' ன்னு பெட்ரீஷியா சத்தம் போட்டாளாம். உடனே 'மன்னிச்சிக்குங்க. நான் உள்ளே வரணும், பெட்ரீஷியாவை பார்க்கணும். பெட்ரீஷியாவோடு பேசணும்'ன்னு சொல்லிக்கொண்டே ஹரீன் உள்ளே போக அடியெடுத்து வச்சானாம். அப்ப அந்த கர்னல் கையை மடக்கி, ஹரீன் மூக்குமேலயே ஓங்கி ஒரு குத்து குத்திட்டாராம்.

(கௌதம் விழுந்துவிழுந்து சிரிக்கிறான்.)

யாமினி: ஏ! ஏ! என்ன இது? பாவம்! அந்த ஹரீனைப்பற்றி இந்த அளவுக்கா கருணையே இல்லாமல் பேசுவது?

சதீஷ்: ஹரீன் சொன்னதைத்தான், அவன் சொன்ன விதத்திலேயே சொல்றேன். நானாக ஒரு எழுத்தைக்கூட சேர்த்துக்கலை.

கௌதம்: பாவமா? அந்த ஹரீனுக்கு ஒன்னு கொடுக்கணும்ன்னு நான் எத்தனை தரம் நெனச்சிருப்பேன் தெரியுமா? 'ம், ஹரீன், வாங்கிக்கோ, இது உன்னுடைய நுனிநாக்கு இங்கிலீஷ் உச்சரிப்புக்காக'

(கையை மடக்கி, குத்துவதைப்போல நடிக்கிறான்.)

ஜூலியா: அது சரி, இந்த அளவுக்கு அசல் இங்கிலீஷ்காரனாட்டமே பேசறதுக்கு அவன் எங்கே கத்துகிட்டான்?

கௌதம்: இங்க பாரு ஜூலியா, நாங்க ரெண்டுபேரும் மும்பையில காலேஜ் படிச்சிட்டிருந்தபோது அவனும் நம்மைபோலத்தான் இருந்தான்... ஆறுமாதம் கழிச்சி, இங்க வந்து பாக்கறேன் – ஈட்டாவோ ஹெரோவோ, ஏதோ ஒரு பப்ளிக் ஸ்கூல்லிருந்து வந்தவனாட்டம் 'இங்கிலீஷ்' காரனாவே மாறிட்டான்.

ஜூலியா: நீ என்னதான் சொல்லு, கௌதம். ஹரீன் நல்லவன். அகந்தை எதுவும் இல்லாதவன். இந்த பப்ளிக் ஸ்கூல் பசங்களைப்போல வெற்று அகங்காரம் எதுவும் அவனிடம் இல்லை. அவனுடைய தோழிகள் லிஸ்ட்டையே பாரு. கார்னேலியா ப்ராயர் –ஸ்மித், ஜோயீ ரீஸ் – வில்லியம்ஸ், இப்ப பெட்ரீஷியா பாமர்– ஜோன்ஸ்! எல்லாம் ரெண்டு ரெண்டு சர்நேம்ஸ்!

யாமினி: உங்களுக்கெல்லாம் பொறாமை. அவ்வளவுதான். உங்களுக்கு கிடைக்காதது அவனுக்கு கிடைச்சிட்டுதுன்னு. போதும் விடுங்க, அந்த ஹரீன் புராணத்தை.

சதீஷ்: அட! கதையின் க்ளைமாக்ஸையே இன்னும் சொல்லலை. ஹரீன் அங்கிருந்து கிளம்பி நேரா இங்கே வந்தான். மூக்குலேருந்து ரத்தம் வழிஞ்சது. தலைமுடி கலைஞ் சிருந்தது. இன்னும் அழுதுட்டே இருந்தான். ஆனால், இங்கே எங்களோடு பேசிட்டிருந்த அரைமணி நேரத்துல – அவன் கதையே மாறிட்டுது. அவனே ஹீரோ ஆயிட்டான். மகா புத்திசாலி! ஒரே ஒரு வார்த்தையில கர்னல் வாயை எப்படி அடைச்சேன், அவன் பக்கம் திரும்பிக்கூட பாக்காம எபப்டி வந்தேன்னு அழகா வக்கணையா சொன்னான்.

கௌதம்: *தரையில விழுந்தாலும் மீசையில மண்ணு ஒட்டலை. சதீஷ், அப்படிப்பட்ட முட்டாளை நீ எப்படித்தான் சகித்துக்கொள்கிறாயோ, அந்தக் கடவுளுக்கே வெளிச்சம்.*

யாமினி: *என் தம்பி எப்படிப்பட்ட முட்டாளையும் சகித்துக் கொள்ளக்கூடியவன்...*

ஜூலியா: *உதாரணத்துக்கு நானே இருக்கேனே...*

(எல்லோரும் சிரிக்கிறார்கள்.)

யாமினி: *இப்ப, நீங்க ரெண்டு பேரும் வெளியே போங்க. நாங்க மேசையை துடைக்கணும்...*

கௌதம்: *எங்களை ஏன் வெளியே தள்ளுகிறாய்? நாங்களும் கொஞ்சம் ஒத்தாசை செய்யறோம்.*

யாமினி: *நீங்கள்ளாம் இந்திய ஆண்கள். வீட்டு வேலைகளில் உங்களுக்கெல்லாம் பயிற்சி இருக்காது. போங்க.*

(கௌதம்-சதீஷ் சமையலறையிலிருந்து கூடத்துக்கு வருகிறார்கள். ஜூலியா- யாமினி இருவரும் தட்டுகளையும் கரண்டிகளையும் கழுவத் தொடங்குகிறார்கள். கௌதம் எல்லாப் பக்கங்களிலும் சுற்றிப் பார்த்து)

கௌதம்: *பரவாயில்லை சதீஷ், அற்புதமா இருக்குது உன் ஃப்ளாட்.*

சதீஷ்: *ஆனாலும், விலைதான் கொஞ்சம் கூடுதலாய்ட்டுது.*

கௌதம்: *நல்லது வேணும்ன்னு நினைத்தால், பணத்துக்கு எந்த முக்கியத்துவமும் கொடுக்கக்கூடாது.*

சதீஷ்: தெரியலைப்பா, இந்தியாவுக்கு ஒரு தரம் போய்வா, சரின்னு தோணிச்சின்னா மத்த விஷயங்களைப் பேசலாம்ன்னு நான் ஜூலியாகிட்ட சொல்லியிருக்கேன்.

கௌதம்: *(ஆச்சரியத்துடன்)* அப்படின்னா – இந்தியாவுக்கு நீ மறுபடியும் போகப்போறியா?

சதீஷ்: நம்ம நாட்டுல நாம இருக்கவேண்டியது அவசியம்ங்கற நேரத்துல இங்கிலாந்துல இருப்பது தப்புன்னு தோணுது...

கௌதம்: முட்டாள்தனமா எதுவும் செய்யாதே. இந்தியான்னு சொன்னா பீரோக்ரெஸி. பழைய மூடப்பழக்கவழக்கங்களில் மூழ்கிக்கிடக்கிற பெரிய வலை அது. அதுல ஒரு தரம் மாட்டிக் கொண்டால், பிறகு அதுலேருந்து விடுதலையே இல்லை. அதுமட்டுமில்லாம, நேருவுடைய இந்தியாவுக்கு தேவைப் படுகிறவர்கள் இஞ்சினீயர்ங்களும் மெக்கானிக்குகளும். உன்னைப்போல வெறும் விஞ்ஞானிகளும் சும்மா யோசிக்கறதுக்கே சம்பளம் கேக்கறவங்களும் தேவையில்லை.

(சதீஷ் நீண்ட நேரம் பாடக்கூடிய ஒரு இசைத்தட்டை இசைக்கவைக்கிறான். தந்தி வாத்திய இசை)

அது சரி, யாமினியுடைய பெயிண்டிங் எங்கே?

சதீஷ்: அவளுக்குத் தெரிஞ்சா கோபப்படுவா. யாருக்கும் காட்டமாட்டேன்னு சொல்லி சத்தியம் செஞ்ச பிறகுதான் எனக்குக் கொடுத்தாள்...

கௌதம்: அப்படி என்ன ரகசியம்? ப்ளீஸ்...

சதீஷ்: எனக்கு எவ்விதமான ஆட்சேபணையும் இல்லை. எனக்கு அந்த பெயிண்டிங் ரொம்ப புடிச்சிருந்தது...

(சுற்றிவைக்கப்பட்டிருந்த ஓவியத்தின் கேன்வாஸ் சுருளை மேலேயிருந்து எடுத்து மேசையின்மீது விரித்துவைக்கிறான் சதீஷ்.)

கௌதம்: பியூட்டிஃபுல்! ரொம்ப அழகா இருக்குது. கொஞ்சம் இரு, உன்னிடம் ஸ்காச் டேப் இருக்குதா?

சதீஷ்: *(சிரித்தபடி)* அவள் என்னை கொன்னுபோட்டுடுவா.

கௌதம்: நீ சும்மா இரு. நான் ஒன்னும் வெளியாள் அல்லவே...

(இருவரும் அந்த ஓவியத்தை சுவரில் ஒட்டுகிறார்கள். அதற்குப் பிறகு, அந்த ஓவியம் சிறப்பாகத் தெரிவதற்குத் தோதாக, அறையிலிருந்த விளக்குகளையெல்லாம் மாற்றிவைக்கிறான் கௌதம்.)

ஜூலியா: என்ன வாத்தியம் இது? சிதாரா?

யாமினி: இல்லை, ஸரோத்.

ஜூலியா: இந்திய சங்கீதம் இன்னும் எனக்கு புரியறதே இல்லை. ஆனால், அதற்குள்ளே அற்புதமான ஒரு மாயம் இருக்குதுங் கறது உண்மை. அப்படியே மனசில் உறைந்து சுழல்கிறது.

யாமினி: என்னுடைய அனுபவத்தை சொல்லட்டுமா? நான் என்னுடைய இங்கிலீஷ் மீடியம் ஸ்கூலில் வேர்ட்ஸ்வொர்த்துடைய 'டெஃபோடில்ஸ்'ங்கற பாட்டை பல தடவை படிச்சிருக்கேன். எவ்வளவு அருமையான பாட்டுன்னு பாராட்டியிருக்கேன். ஆனால், இங்கிலாந்துக்கு வந்ததுக்கப்புறம் முதல்முறையா டெஃபோடில்ஸ் பூவை நேருக்குநேரா பார்த்ததுக்குப் பிறகு 'ஐயோ, இந்தப் பூ அந்தக் கவிதையைப் போல இல்லவே இல்லையே'ன்னு நெனச்சிகிட்டேன். *(சிரிக்கிறார்கள்.)* ஹா! முடிஞ்சிட்டுதா?

(கூடத்துக்கு வருகிறாள்.) காப்பி?

கௌதம்: வேண்டும், ப்ளீஸ்...

சதீஷ்: தேங்க்ஸ்

(யாமினி மாறியிருக்கும் புதிய அமைப்பைக் கவனித்தபடி)

யாமினி: என்ன நடக்குது இங்கே?

(ஓவியத்தைப் பார்த்து)

சதீஷ்! நான் உன்னிடம் கண்டிப்பா சொல்லியிருந்தேனே –

சதீஷ்: கௌதம் பார்த்தால் என்ன, விடு.

கௌதம்: இவ்வளவு அழகான ஓவியம்,. எதுக்காக அதை மறைச்சி வைக்கணும்?

யாமினி: த்ஸ், ஒருதரம் ஹெர்ரே என்ன சொன்னான்னு தெரியுமா?

'ஒரு கலைப்படைப்பில் அழகு இருக்கவேண்டிய அவசியமே இல்லை. உயர்ந்த கலை என்பது எப்படி இருக்கணும் தெரியுமா? புரட்சிகரமானதா இருக்கணும். தீட்டி முடிச்ச நிமிஷமே, உலகத்தையே ஆட்டிப் படைத்து அழிக்கணும்' னு சொன்னான்.

கௌதம்: அந்தமாதிரி நான்சென்ஸா அவனால்மட்டும்தான் பேசமுடியும்...

சதீஷ்: அணுகுண்டு வெடிச்சி உலகம் அழிஞ்சிபோறது தப்பு. ஆனால் ஒரு கலைப்படைப்பு மூலமா அழிக்கறதுன்னா அற்புதம்! இது என்ன நியாயம்?

யாமினி: உங்களுக்கு கவிதையே புரிவதில்லை.

சதீஷ்: ஆமாம். புரிவதில்லை. விஞ்ஞானிகள் பரிசோதனைச் சாலையில வேலை செய்யும்போது, அவர்களுக்குப் பின்னாலேயே பிரச்சினைகள் காத்துகிட்டிருக்கும். என் ஆய்வுகளால உலகத்தின் எதிர்காலத்துக்கு நல்லது விளையுமா, கெட்டது விளையுமா? அணுகுண்டு மட்டுமில்லை, கேம்பிரிட்ஜில டி.என். ரகசியத்தை கண்டுபிடிச்சிருக்காங்க. இப்படிப்பட்ட முன்னேற்றத்துக்குரிய விஷயங்களிலேயே நாசகார சக்தியும் இருப்பதற்கான சாத்தியப்பாட்டுக்கும் இடமுண்டு. அதுவும் அதே அளவுக்கு நடுங்கவைக்கிறது.

யாமினி: அணுகுண்டுக்கு எதிரா நீயும் பெர்ட்ராண்ட் ரசூலோடு சேர்ந்து டிராபல்கர் ஸ்கொயர்ல உக்கார்ந்து ஏன் எதிர்ப்பைக் காட்டக்கூடாது?

சதீஷ்: காட்டியிருப்பேன். ஆனால், இது என் நாடு கிடையாது. இந்த நாட்டுக்காரங்க தம்முடைய பாதுகாப்புக்கு அணுகுண்டு வச்சிக்கலாமா கூடாதான்னு ஆலோசனை சொல்லக்கூடிய உரிமை எனக்கு கிடையாது.

கௌதம்: அணுகுண்டுபற்றி ஹெர்ரேகிட்டதான் கேக்கணும். *(கேலியாக அவன் குரலில் பேசுகிறான்)* ‘இங்கிலாந்து ஒரு சின்ன தீவு. இங்குள்ள மக்கள் இதைப்பற்றி அக்கறை செலுத்தாவிட்டால், இந்த நாடே சாணக்குப்பைமேடாக மாறுவது நிச்சயம். விலங்கினங்கள்மீதும் பயிர்கள் மீதும் அணுகுண்டு வீசினா போதும், பிரச்சினையே இருக்காது!’

யாமினி: சும்மா இரு, கௌதம்.

(சமையலறையில் ஜூலியா சர்க்கரை வைக்கப்பட்டிருந்த பாத்திரத்தின் மூடியைத் திறக்க முயற்சி செய்கிறாள். முடிவதில்லை. சத்தம் போட்டு கூப்பிடுகிறாள்.)

ஜூலியா: ஹலோ, எனக்கு யாராவது உதவி செய்றீங்களா?

யாமினி: *(சிரித்து)* ஓ! அந்த சர்க்கரைப் பாத்திரத்தின் மூடி! இதோ வந்தேன்!

(உள்ளே செல்கிறாள்.)

சதீஷ்: லிக்கர்?

கௌதம்: ஃபோர்ட் – இருந்தா...

(யாமினி சமையலறைக்குச் சென்று, ஜூலியாவின் கையிலிருந்து சர்க்கரைப்பாத்திரத்தை வாங்கி, முதல் முயற்சியிலேயே அழுத்தித் திறந்துவிடுகிறாள்.)

ஜூலியா: *(சிரித்து)* அப்பா! என் கையில சக்தியே இல்லை.

யாமினி: ஆனால், உன் கை எவ்வளவு அழகா இருக்குது. சின்ன கை. என் கையைப் பார். ஆண் பிள்ளை கைபோல. கரடுமுரடா இருக்குது. அதனாலதான் இத்தனை வருஷங்கள் முட்டிமுட்டி மோதி பயிற்சி செய்தாலும் பெயிண்டிங் பழகவே முடியலை. ஓவியனா இருப்பதற்கு, உனக்கு இருப்பதைப் போல மென்மையான கை வேணும்... –

(அங்கேயே இருக்கக்கூடிய கத்தியை எடுத்து...) உன் கையை வெட்டி நான் எடுத்துக்கறேன். என் கையை நீ எடுத்துக்கோ...

அஞ்சும் மல்லிகை

ஜூலியா: *(கையை நீட்டி)* ஆகட்டும், வெட்டி எடுத்துக்கொள்.

யாமினி: இந்த அளவுக்கு மென்மையான கைகள் கிடைத்தால், எனக்குள்ளும் கலை உருவாகக்கூடுமோ என்னமோ ...

ஜூலியா: எப்படிப்பட்ட கலையாக இருந்தாலும் எனக்கும் அதற்கும் பொருத்தமே கிடையாது ...

யாமினி: என்னிடமும் எங்கே இருக்கிறது? முக்கிமுக்கி முயற்சி செய்கிறேன், அவ்வளவுதான். ஆனாலும் என் தம்பிக்கு சின்ன கைன்னா ரொம்ப புடிக்கும். உன் கை ஸூஸன் மார்கன் கை.

(ஜூலியா விறைப்பேறியவளாக நிற்கிறாள். மௌனம்)

ஜூலியா: ஒரு விஷயம் கேக்கட்டுமா?

யாமினி: ம். தாராளமா.

ஜூலியா: நீ ஸூஸனை சந்திச்சிருக்கியா?

யாமினி: சந்திக்காம எப்படி இருக்கமுடியும்? ஒரு காலத்துல அவள் சதீஷ் பின்னாலேயே அலைஞ்சிட்டிருந்தா ...

ஜூலியா: சதீஷுக்கும் அவளைப் புடிக்கும், இல்லையா?

யாமினி: புடிக்கும். அவ்வளவுதான். அதுக்கு மேலே ஒன்னும் கிடையாது. ரெண்டுபேரும் ஒரே லேப்ல வேலை செய்றாங்க, இல்லையா? ரெண்டு பேருக்கும் ஒரே ப்ராஜெக்ட். அதாவது ஒவ்வொரு நிமிஷமும் ரெண்டு பேரும் சந்திச்சி பேசி விவாதிச்சிட்டே இருக்கணும் ... அதை எப்படி தவிர்க்கமுடியும்?

(ஜூலியா சங்கடமாக உணர்கிறாள்.)

நீ கவலைப்படவேணாம். பைத்தியக்காரி, என் தம்பியைப்பற்றி எனக்கு நல்லாத் தெரியும். உன்னைவிட்டால் வேறு எதுவுமே அவன் கண்ணுக்குத் தெரியாது. நீ எதற்காகவும் பயப்பட வேணாம் . . .

ஜூலியா: எனக்கு என் பயம்! என்னால என் பொறாமையை தாங்கிக்கொள்ளமுடியலை. *(காப்பி ட்ரேயை எடுத்தபடி)* வெளியே போவலாமா?

யாமினி: இதோ வந்துட்டேன்.

(ஜூலியா ட்ரே எடுத்துக்கொண்டு வெளியே வருகிறாள்)

கௌதம்: யாமினி?

ஜூலியா: உள்ளே இருக்கிறாள்.

(தன் கோப்பையை எடுத்துக்கொண்டு கௌதம் எழுந்திருக்கிறான்.)

உக்காரு. பாவம், ஒரு நிமிஷம் தனியா உக்கார்ந்திருக்கணும்ன்னு தோணிச்சின்னா உக்கார்ந்திருக்கட்டுமே . . .

கௌதம்: நான் அவளோடு கொஞ்சம் தனியா பேசணும்.

(சமையலறைக்குச் செல்கிறான். சதீஷின் நாற்காலியை ஒட்டி தரையின்மீது உட்கார்கிறாள் ஜூலியா. அவனுடைய மடியில் தலைவைக்கிறாள். அவளுடைய கூந்தலைத் தொட்டு விரலால் நீவிவிடுகிறான் அவன். பேச்சு எதுவுமில்லை. அவர்கள் உட்கார்ந்திருக்கும் தோற்றத்தில் ஒருவித நெருக்கமும் காதலும் காணப்படுகின்றன.

சமையலறையில் எவ்வித அசைவுமின்றி உட்கார்ந்திருக் கிறாள் யாமினி. கௌதம் வந்து உட்கார்கிறான். யாமினி அவன் இருக்கும் திசையைக் கவனிப்பதில்லை. சில கணங்கள் மௌனம்.)

கௌதம்: *(சட்டென)* யாமினி, என்னை திருமணம் செய்து கொள்ளேன்.

யாமினி: அந்த ஒரு விஷயத்தைவிட்டால் உனக்கு வேறு எதுவும் தோன்றுவதே இல்லையா?

கௌதம்: நான் என்ன செய்யட்டும்? வரும் ஆண்டோடு என் ஆய்வு முடிவடைஞ்சிடும். அதற்கப்புறம் என்ன செய்வது என்பதை நீ எடுக்கிற முடிவைப் பொருத்துத்தான் தீர்மானிக்கணும்.

யாமினி: ஏ! ஏ! அடுத்து என்ன செய்யலாம்ன்னு உனக்குத் தெரியலைங்கறதுக்காக, அதுக்கான பொறுப்பை என்மேலே சுமத்தவேணாம்.

கௌதம்: இப்பவே திருமணம் செய்துக்கணும்ன்னு அவசியமில்லை. நீ ம்ன்னு சொன்னா போதும். அடுத்து என்னங்கறத அப்புறமா பார்த்துக்கலாம்.

யாமினி: அப்புறமா? நமது நாட்டுக்கு இப்பதான் சுதந்திரம் கிடைச்சிருக்குது. ஐந்தாண்டுத்திட்டமெல்லாம் இப்பதான் போட்டிருக்காங்க. பொருளாதார வளர்ச்சி, வேலைவாய்ப்பு, தொழிற்சாலைகளை உருவாக்குதல், கல்வி வழங்குதல், வறுமை ஒழிப்புன்னு ஏராளமா இருக்குது. உன்னைப்போன்ற ஆட்கள் ஏட்டளவில்மட்டும் பொருளாதாரத்தைப்பற்றி

கிரீஷ் கார்னாட்

பேசிட்டு ஒதுங்கிப் போயிட்டாங்கன்னா, இந்த பிரச்சினை களையெல்லாம் யார் தீர்த்துவைப்பாங்க?

கௌதம்: ஆனால் –

யாமினி: என்னுடைய ஓவியப்பயிற்சி முடிகிறவரைக்கும் என்னிடம் எதுவும் கேக்கவேணாம்.

கௌதம்: திருமணத்தைப்பற்றிய பேச்சை எடுத்ததுமே, உனக்கு ஓவியப்பயிற்சி ஞாபகத்துக்கு வந்துடுது. அந்த ஓவியத்தை பாராட்டினா, அதுவும் மனச தொடமாட்டுது . . .

யாமினி: *(அவனுடைய கையைப் பற்றி தன் கைக்குள் வைத்துக்கொண்டு)* கௌதம், ஒரு மல்லிகைச் செடியில பூ பூக்கலைன்னா என்ன செய்வாங்க, தெரியுமா?

கௌதம்: எதுக்காக மல்லிகைப்பூ விஷயம் . . .

யாமினி: அதை வேரோடு பிடுங்கி எடுப்பாங்க. மண்ண தட்டி எடுத்துட்டு வெயிலில உலர வைப்பாங்க. சாகடிச்சிடு வோம்ன்னு பயம் காட்டுவாங்க. அதுக்கப்புறமா மறுபடியும் நட்டு வைப்பாங்க. செடியில பளபளன்னு பூ பூக்க ஆரம்பிச்சிடும். பயத்தின் காரணமா பூத்த பூ! பாவம்ன்னு தோணுது, இல்லையா?

கௌதம்: யாமினி, நீ இன்னும் இப்படிப்பட கட்டுக்கதை களையெல்லாம் நம்புறியா? சதீஷ்கிட்ட கேட்டுப் பார். அவன் பையாலஜிஸ்ட் . . .

யாமினி: அவன் என்ன சொல்வான்? அவன் மண்ணுல உப்புச்சத்து அதிகமாய்ட்டுது. அதனால செடியில பூ பூக்கலை.

இல்லைன்னா, அந்த வேருக்குத் தேவையா இருக்கக்கூடிய சத்துகள் மண்ணில இல்லை, வெயிலில் இருந்ததுன்னு சொல்லுவான். அவனுடைய விஞ்ஞானத்தைப்பற்றி என்ன சொல்வது? இப்படி சொன்னாலும் சரி, அப்படி சொன்னாலும் சரி...

கௌதம்: எப்படிப்பட்ட பயமா இருந்தாலும், அவனிடம் ஒரு வழி இருக்குது...

யாமினி: உன்னுடைய மூளைக்கு ஒரு வழிப்பாதை போல. என்னுடைய மூளைக்கும் அதே கதைதான்..!

(மேற்கண்ட உரையாடல்கள் நிகழ்ந்துகொண்டிருக்கும்போதே, கூடத்தில் சதீஷூம், ஜூலியாவும் எழுந்திருக்கிறார்கள். சத்தம் காட்டாமல், வெளிக்கதவைத் திறந்துகொண்டு சென்று விடுகிறார்கள்...)

கௌதம்: வர புதன்கிழமை க்ளோப்ல ஃபிலினியுடைய படம் ஒன்னு போடறாங்களாம், வரியா?

யாமினி: என் பின்னால அலைஞ்சி பொழுதை வீணாக்கவேணாம். புதன்கிழமைக்கு இன்னும் ஒரு யுகம் அளவுக்கு தூரம். அதுக்குள்ள என்ன வேணுமின்னாலும் நடக்கலாம்...

கௌதம்: எனக்குத் தெரியாதா? ஒவ்வொரு மாதமும் தப்பிச்சி போய் சுத்திட்டு வருகிறாய். அதுக்கப்புறமா, எதுவுமே நடக்காதது போல பேசுகிறாய். ஏதோ, இந்த ரெண்டு மாசமா, என்மீது கருணைக்கண் காட்டியிருக்கிறாயே, அதுவே போதும்

யாமினி: *(சங்கடப்பட்டவளாக)* அதெல்லாம் இப்ப எதுக்கு? வா.

இன்னொரு தரம் திருமணப்பேச்சை நீ ஆரம்பிப்பதற்குள்ள வெளியே போயிடலாம்...

கௌதம்: புதன்கிழமை வருவாய் அல்லவா?

(யாமினி பதில் சொல்லாமலேயே கூடத்துக்கு வருகிறாள். அவளுக்குப் பின்னாலேயே கௌதம் வருகிறான். ஏதோ ஒரு நெருக்கடியில் சிக்கிக்கொண்டவளைப்போல யாமினி காணப்படுகிறாள்...)

யாமினி: சதீஷ் எங்கே? சதீஷ்...

(படுக்கையறையின் பக்கம் அடியெடுத்துவைக்கிறாள். பிறகு தயங்குகிறாள்.)

கௌதம்: வெளியே போயிருக்கலாம். இல்லைன்னா, உள்ளே...

யாமினி: இது அவனுடைய வீடு. நம்மையெல்லாம் விருந்துக்கு வரச் சொல்லிட்டு அவன் வெளியே போவானா? கௌதம், தயவுசெய்து, என்னை என்னுடைய அறைவரைக்கும் அழைச்சிட்டு போறியா? இப்பவே, ப்ளீஸ்...

காட்சி: இரண்டு

(மாலை. விளக்கு எரிகிறது. சமையலறையில் யாமினி புத்தகம் படித்துக்கொண்டிருக்கிறாள். கதவைத் திறந்துகொண்டு சதீஷ் உள்ளே வருகிறான். முழுக்கைச் சட்டை. அதன்மீது மேல்கோட்டு. கழுத்தில் ஸ்கார்ப். கைப்பெட்டியை சோஃபாவின்மீது வைக்கிறான். அவன் வந்த சத்தம் கேட்டு யாமினி வெளியே வருகிறாள்.)

அஞ்சும் மல்லிகை

யாமினி: எப்படியோ கடைசியா வந்துட்டே அல்லவா!

சதீஷ்: ம்.

யாமினி: அக்காவுடைய முகத்தைப் பார்த்ததுமே புருவத்தை சுளிச்சிக்கவேண்டிய அவசியமில்லை. தோசை சுடலாம்ன்னு நினைச்சேன். உனக்கும் கொடுத்து சாப்பிட வைக்கலாம்ன்னு இங்கேயே வந்தேன் ...

(பதில் சொல்லாமலேயே படுக்கையறைக்குள் செல்கிறான் சதீஷ்.)

யாமினி: எவ்வளவு நேரமா காத்திட்டிருக்கேன். அஞ்சரை மணிக்கு லேப் வேலை முடியணும்ன்னா, அதுக்குள்ளே முடிச்சிடணும்பா. இது என்ன, ரெண்டு ரெண்டு மணிநேரம் தாமதமா வருவது?

சதீஷ்: *(உள்ளிருந்தபடியே)* கேக்குது!

யாமினி: வேலை எல்லாருக்கும் இருக்குது. ஆனா, நீங்க ஒன்னும் மாடு இல்லை, மனுஷன்தான்னு அவுங்களுக்கு தெரிஞ்சிருக்கவேணாமா?

சதீஷ்: அவுங்களுக்குன்னா, யாருக்கு? அங்கே யாரும் என்னை புடிச்சி உக்கார வைக்கலை. நானேதான் வேலை செய்றேன்.

(குளியலறைக்குள் செல்கிறான். அவள் தோசை சுடுகிறாள். சதீஷ் குளியலறையிலிருந்து வந்து உட்கார்கிறான்.)

சதீஷ்: இன்னைக்கு மறுபடியும் உன் பெயிண்டிங் க்ளாஸ கட் அடிச்சிட்டேன்னு நினைக்கறேன்!

யாமினி: அம்மாவிடமிருந்து லெட்டர் வந்திருக்குது.

சதீஷ்: என்னவாம்?

யாமினி: படிக்கலை.

சதீஷ்: ஏன்?

யாமினி: 'அன்புள்ள சதீஷுக்கும் யாமினிக்கும்' –ன்னு ஆரம்பிச்சிருந்தா கடிதம் முழுக்க உனக்காகவே எழுதியிருக்காங்கன்னு அர்த்தம். அதனால அப்படியே விட்டுட்டேன்...

சதீஷ்: இங்கே கொடு...

யாமினி: முதலில் தோசையை சாப்பிடு. கடிதம் ஒன்னும் ஆறிப் போவாது.

(தோசையை எடுத்துவைக்கிறாள்.)

சதீஷ்: நீ?

யாமினி: அப்புறமா சாப்பிடறேன். தோசை சூடா இருந்தா, அதுவே ஒரு தனி ருசி. உனக்குத்தான் பசி அதிகமா இருக்கும்...

(கல்மீது இன்னொரு தோசைக்காக மாவை ஊற்றுகிறாள்.)

உனக்கு எழுதற கடிதத்தை என் முகவரிக்கு ஏன் அனுப்பணும்? உனக்கே அனுப்பலாமில்லையா?

சதீஷ்: இங்க பாரு, நீயும் அந்தக் கடிதத்தை படிக்கலை. நானும் அந்தக் கடிதத்தை படிக்கலை. அவசியமில்லாம எதுக்காக விவாதம் செய்யணும்?

அஞ்சும் மல்லிகை

(யாமினி இன்னொரு தோசையை ஊற்றுகிறாள்.)

சதீஷ்: வேணாம்! வேணாம்! *(வேகமாக)* எனக்கு எத்தனை வேணுமோ, அத்தனை சாப்பிடுகிறேனே, அப்புறம் என்ன? நீ எதுக்காக அம்மாமாதிரி நடந்துகொள்கிறாய்?

யாமினி: *(அம்மாவின் குரலில்)* "ஏ! எதுவும் பேசாம வைக்கறத தின்னு". அம்மா நீயா, நானா? "இன்னைக்கு மறுபடியும் உன் பெயிண்டிங் க்ளாஸ கட் அடிச்சிட்டேன்னு நினைக்கறேன்!"

(இருவரும் சிரிக்கிறார்கள்.)

ஆமாம், கட் அடிச்சிட்டேன்.

சதீஷ்: ஏன்?

யாமினி: எதுக்காகன்னா, எனக்கு பெயிண்டிங் வரமாட்டுது. எனக்குள்ள அந்தத் திறமையே இல்லை. நான் கலையுணர்வே இல்லாத மனுஷி! அது சரி, 'கலையுணர்வு குறைந்த'ன்னு சொல்லலாமா? 'கலையுணர்வு இல்லாத'! 'கலையுணர்வு குறைந்த'! எது சரி?

சதீஷ்: நீ மனசு வச்சா உன்னால எதுவும் செய்யமுடியும்? எனக்குத் தெரியும்.

(நிறுத்தி)

ஒருவேளை பெயிண்டிங்ல உனக்கு ஆர்வமில்லைன்னா, க்ளாஸ்க்கு போவவேணாம், வேற ஏதாவது முயற்சி செய்யலாமே...

கிரீஷ் கார்னாட்

யாமினி: வேற ஏதாவதுன்னா? என்ன வேறு? மெடிகல் காலேஜ்க்கு விண்ணப்பம் அனுப்பட்டுமா? என்னை பத்தி பேசியது போதும். உன் ரிசர்ச் எப்படி நடக்குது?

சதீஷ்: எப்படியோ ஒருமாதிரி போவுது.

யாமினி: ஒருமாதிரின்னா?

சதீஷ்: தலையை இடிச்சிக்கலாம்போல இருக்குது ...

யாமினி: நீ எப்பவும் இப்படித்தான். மோசமா இருக்குது, மேல ஓடமாட்டுது. இது நம்முடைய குடும்பப்பழக்கம். அவ்வளவுதான் ...

சதீஷ்: உனக்கு அது புரியாது. தொடர்ந்து மேலே போவமாட்டுது. அவுங்களே என்னை வெளியே அனுப்பறதுக்கு முன்னால நானே வெளியே வந்துடணும்.

யாமினி: எதையாச்சும் சும்மா பேசவேணாம். கார்டினர் அப்படி ஒன்னும் சொல்லலை.

சதீஷ்: *(அதிர்ந்து)* யாரு?

யாமினி: யாரும் இல்லை, விடு–

சதீஷ்: யாருன்னு சொன்னே? கார்டினரா?

யாமினி: போதும்ன்னு சொன்னேன் அல்லவா?

சதீஷ்: உனக்கு கார்டினர் எப்படித் தெரியும்?

(பதில் இல்லை. கோபத்தோடு –)

கார்டினரோடு நீ பேசுனியா?

யாமினி: ம்.

சதீஷ்: ஐயோ! கடவுளே! என்ன சொல்றே நீ?...

யாமினி: நீ எப்ப பார்த்தாலும் அரிச்சிகிட்டே இருக்கே. ரிசர்ச் சரியா போகலை, இது, அதுன்னு. அதுக்காகத்தான்...

(அவளைத் தொடர்ந்து பேசவிடாமல் தடுத்தபடி)

சதீஷ்: அதுக்காக, நீ கார்டினரிடம் போய் கேட்டியா?

யாமினி: சும்மாதான்... ஃபோன்ல பேசினேன்.

சதீஷ்: கடவுளே! இது –

யாமினி: அங்க வேலை செய்யக்கூடிய எல்லோரைவிடவும் நீதான் புத்திசாலின்னும் சொன்னான்...

சதீஷ்: யாமினி, நாளைக்கு, லேப் முழுக்க இந்த விஷயம் ஒரு நகைச்சுவையாய்டும்.

யாமினி: அவன் அப்படி ஒன்னும் நினைச்சிக்கிறமாதிரி தோணலை. உன் வேலையைப் பற்றி ரொம்ப உயர்வா பேசினான்.

சதீஷ்: கார்டினர் யார் தெரியுமா? இந்த ஆண்டுக்கான நோபெல் விருதுக்கு அவனுடைய பெயர் போயிருக்குது...

யாமினி: அடுத்த ஆண்டு, உன்னுடைய பெயரும் போகலாம்...

சதீஷ்: *(கோபத்தோடு, சத்தம் போடுகிறான்)* நீ உன்னுடைய முட்டாள்தனத்தை நீயே காண்பித்துக்கொள்கிறாய். அதுமட்டுமில்லாமல், என்னையும் பார்த்து சிரிக்கிறமாதிரி

கிரீஷ் கார்னாட்

செஞ்சிட்டே. இனிமேல் ஒருதரம் கூட என் டிபார்ட்மென்ட்டுக்கு ஃபோன் செய்யாதே. புரியுதா?

யாமினி: ப்ளீஸ், சத்தம் போடவேணாம். இனிமேல செய்ய மாட்டேன். செய்யக்கூடாதுன்னு எனக்கும் தெரியும். ஆனாலும் கட்டுப்படுத்திக்கமுடியலை. அதுக்காக, தயவு செய்து சத்தம் போடாதே...

(சதீஷ் எழுந்திருக்கிறான்.)

இன்னொரு தோசை வச்சிக்கோ.

சதீஷ்: எனக்கு வயிறு நிரம்பிட்டுது...

யாமினி: எதுக்காக அப்படி கோபிச்சிக்கிறே? நீ அப்படியெல்லாம் சத்தம் போட்டால், என் இதயத்துடிப்பு அதிகமாய்டுது...

சதீஷ்: இங்கே பாரு, நான் ஒன்னும் இங்கிலாந்துக்கு வான்னு உன்னை கூப்பிடலை. நீ பெயிண்டிங் கத்துக்கணும்ன்னு பிடிவாதம் பிடிச்சி வந்திருக்கே. ஒரு வருஷமா இங்கேயே இருக்கே. அப்பா அனுமதி கொடுத்திருக்காரு. இரு. உனக்கு விருப்பமானதை செய். ஆனால், என் விஷயத்துல நீ தலையிடவேணாம்.

யாமினி: நீ எந்த அளவுக்கு 'இங்க்லீஷ்காரனா' மாறிட்டே தெரியுமா? 'என் விஷயம்', 'உன் விஷயம்', 'என் வாழ்க்கை', 'உன் வாழ்க்கை'. உன் அக்காவா இருந்துகிட்டு, அதுகூட தெரிஞ்சிக்கிற உரிமை இல்லையா எனக்கு?

சதீஷ்: *(தாழ்ந்த குரலில், உறுதியாக)* இன்னொருதரம் லேபுக்கு ஃபோன் செய்யாதே!... அந்தக் கடிதம் எங்கே?

(அவள் கைப்பையிலிருந்து கடிதத்தை எடுத்து அவனிடம் கொடுக்கிறாள். அவன் படித்தபடியே படுக்கையறைக்குள் செல்கிறான். தொடர்ந்து வரும் உரையாடல் அவனுடைய படுக்கையறைக்குள் நடக்கிறது.)

யாமினி: உனக்காகன்னு தோசை போட்டுக் கொடுத்தா, அது எப்படி இருக்குதுன்னுகூட ஒரு வார்த்தை சொல்லக் கூடாதா?

சதீஷ்: எக்ஸெலண்ட், ரொம்ப ருசியா இருந்தது.

யாமினி: சட்டினியில உப்பு சரியா இருந்ததா என்னமோ –

சதீஷ்: அதைப்பற்றி எந்தக் கவலையும் வேணாம். உன் கைப்பக்குவத்துக்கு ஈடு இணையே இல்லை.

யாமினி: அது சரி, இந்தக் கைக்கு பெயிண்டிங்தான் வரலை. வெறும் சமையல்வேலையையே பார்க்கலாமோ என்னமோ. ஒருவேளை, ஒரு சௌத் இண்டியன் ரெஸ்டாரெண்ட்? வுட்லண்ட்ஸ், தாசபிரகாஷ் அல்லது யாரோ கிழக்குப் பாகிஸ்தான்காரன் செய்ற பாம்பே மசாலாவயும் மெட்ராஸ் கறியையும் கொடுக்கிற ஹோட்டல் இந்தியன் ஸ்டார்!

சதீஷ்: அப்பாவுக்கு மறுபடியும் உடம்பு சரியில்லையாம்.

யாமினி: சர்க்கரை வியாதியா இருக்கலாம். இனிப்பு சாப்பிடறதை கொஞ்சம் குறைச்சிகிட்டார்னா நல்லா இருக்கும்...

சதீஷ்: யாராச்சும் ஃபோன் செஞ்சாங்களா?

யாமினி: ஹரீன்! பெட்ரீஷியாவுடைய அம்மாவும் அப்பாவும் அவளை தற்சமயத்துக்கு கல்லூரியிலிருந்து நிறுத்தி

பாந்தேன்ப்ளோவுக்கு அழச்சிட்டு போயிடலாம்ன்னு திட்டம் போட்டாங்களாம். ஆனால், அவளுடைய சீனியர் டியுட்டர் அந்தத் திட்டத்துக்கு ஒத்துக்கலையாம். அவளுடைய படிப்புக்கு குறுக்கீடு வராதவகையில பயிற்சி கொடுத்திருக்கிறாராம்.

(சிரிப்பு)

இப்ப பெட்ரீஷியா இங்கயே இருக்காள். அம்மாவும் அப்பாவும் கூட இங்கயே இருக்காங்க. ஹரீனும் பெட்ரீஷியாவும் தினமும் ரகசியமா லைப்ரரியில சந்திச்சிக்கிறாங்களாம். அவளுடைய பாதுகாப்புக்கும் காவலுக்கும் யாரோ ஒரு வயசான அத்தைக்காரி இங்க வராளாம். உக்கார்ந்த இடத்திலேயே கண்ண மூடி தூங்கற ஆளாம் அவள்.

(சிரிப்பு)

அந்த வயசான அத்தையைக் காட்டிலும் இதோ எதுத்தாப்புல இருக்கிற பூங்காவ சுத்தம் செய்யற வாட்டசாட்டமான பொம்பளையை வச்சிருந்தாலாவது ரொம்ப நல்லா இருந்திருக்கும். ஆனால், அந்த விஷயத்துலயும் ஹொர்ரேக்கு அதிர்ஷ்டம் நல்லா இருக்குது. அந்த கர்னலுக்கு பஞ்சாபிகாரரங்கன்னு சொன்னா ரொம்ப புடிக்குமாம்

(சிரிப்பு)

சதீஷ்: யாரு?

யாமினி: கௌதம்.

சதீஷ்: தோசை சாப்பிட வான்னு அழைச்சிருக்கலாமே.

யாமினி: ஐயோ! அப்படி ஒரு வார்த்தை சொன்னா போதும், கல்யாணத்துக்கே தயாராயிட்டேன்னு அவன் நெனச்சிக்குவான்...

சதீஷ்: நெனச்சிக்கட்டுமே. அதுல என்ன தப்பு? நல்ல பையன். அறிவாளி. நல்ல குடும்பத்தைச் சேர்ந்தவன். உன்மேல பைத்தியமா அலையறான்...

யாமினி: என்னை என் வழியில விட்டுடு. எனக்காக சம்பந்தம் தேடற வேலையெல்லாம் வேணாம்...

சதீஷ்: தூ! எங்க போச்சி அது?

யாமினி: *(படுக்கையறையின் கதவைநோக்கிச் சென்றபடி)* என்ன தேடற?

சதீஷ்: அதுதான் சொன்னேனே. எனக்கு மூளை கெட்டுப் போச்சி. என் சட்டையை இங்கதான் படுக்கைக்குப் பக்கத்துலதான் வச்சிருந்தேன்.

யாமினி: எது? அந்த நீலமா?

சதீஷ்: ம்.

யாமினி: அதுல காலர் கிழிஞ்சிருந்ததே, அதுவா?

சதீஷ்: ஆமாம்.

யாமினி: நான் அதை தூக்கி வீசிட்டேன்.

சதீஷ்: *(கதவருகில் வந்து)* என்ன?

யாமினி: அதனுடைய கைப்பக்கம் ரொம்ப நஞ்சி கிழிஞ்சி போயிருந்தது.

கிரீஷ் கார்னாட்

(சதீஷ் உற்றுப் பார்க்கிறான்)

யாமினி: அதை தூக்கிப் போடுன்னு எத்தனையோ தரம் சொல்லிட்டேன் –

சதீஷ்: எங்கே தூக்கிப்போட்டாய் அதை?

யாமினி: அதுபோலவே வேறொரு புதுச் சட்டையை நான் எடுத்து வச்சிருக்கேன். அச்சு அசலா அதே மாதிரியான சட்டை. சோஃபா மேல இருக்கும் பாரு. மூணு புது சட்டைகள் ...

(சதீஷ் சோஃபாவுக்கு அருகில் சென்று அதன் மீது வைக்கப் பட்டிருந்த பார்சலை எடுத்து தரையில் வீசுகிறான்.)

சீ, இதெல்லாம் என்ன?

(பார்சலை எடுத்து தொட்டுத் தடவுகிறாள்)

சதீஷ்: யாமினி, உனக்கு நூறு தரம் சொல்லிட்டேன். எனக்குத் தேவையான சட்டைகளை நானே எடுத்துக்குவேன்.

யாமினி: நீயேவா? உன் தோழிமார்களா?

சதீஷ்: நான் என்ன வேணும்னாலும் செய்வேன். எனக்கு என் சம்பளம் வருது. நீ பெயிண்டிங் கத்துக்கணும்னுதான் அப்பா உனக்கு பணம் அனுப்பறாரு, தெரியுதா? அவர் அவ்வளவு கஷ்டப்பட்டதுக்காகவாவது அதையாவது ஒழுங்கா கத்துக்கோ. இல்லை, வீட்டைப் பார்த்துக்கறேன்னு சொன்னா, திரும்பி இந்தியாவுக்கு போயிடு. அந்தக் கடிதத்தைப் படி. அம்மாவுக்கு உடம்பு சரியில்லை. அப்பாவுக்கு டயாபடீஸ். உனக்கு செலவாகும் தொகையை சம்பாதிக்க எவ்வளவெல்லாம் கஷ்டப்படறாங்கன்னு

படிச்சி தெரிஞ்சிக்கோ . . .

யாமினி: *(கோபத்தோடு)* அவுங்க எவ்வளவு கஷ்டப்படறாங்க என்பது கடிதத்தைப் படிக்காமலேயே எனக்கும் புரியும். எனக்காக கொஞ்சம் பணம் அனுப்பினா, உடனே அது கஷ்டமாயிடுமா? நாம சின்ன பிள்ளைகளா இருந்த சமயத்துல, வாழ்க்கையே வீணாய்டுச்சி, நான் தொட்டதெல்லாம் மண்ணா போயிடுச்சின்னு கண்ணீர் விட்டு அழுதாரே, அந்த சமயத்துல வீட்டை பார்த்துகிட்டது யாரு? நீ பார்த்தியா? இல்லை, அம்மா பார்த்துகிட்டாங்களா? எல்லாத்தயும் நான்தான் அப்ப தனி ஆளா சமாளிச்சேன். பத்து பன்னெண்டு வயசுள்ள சின்ன பொண்ணு நான் – அக்கம்பக்கத்து பொண்ணுங்ககூட சேர்ந்து ஆடணும், திரியணும், ரிப்பன் வாங்கி கட்டிக்கணும், அழகான துணிமணிங்க போட்டுக்கணும்னு எனக்கும் ஆசையா இருக்கும். நீ சின்னவன் – அம்மாவுக்கு உடம்பு முடியலை – மோசமான வறுமை – 'என் தம்பி பெரிய அறிவாளி! ஒவ்வொரு வருஷமும் ஃபர்ஸ்ட் க்ளாஸ் ஃபர்ஸ்ட்!'ன்னு நான் உன்னைப்பற்றி பாராட்டிப் பேசிபேசியே பொழுதுபோக்குவேன். ஆனால், வீட்டுல ஏதாச்சிம் சின்ன பிரச்சினை வந்தா கூட, உடனே என்னை பள்ளிக்கூடத்தைவிட்டு நிறுத்திடுவாங்க. பரீட்சையா இருந்தாலும் போகமுடியாது. ஒரே வகுப்புல ரெண்டுரெண்டு வருஷம் ஓட்டியாவணும்! எங்கயாச்சிம் ஒரு மூலையில ஒரு புத்தகத்தை எடுத்து நிம்மதியா படிக்கக்கூட ஓய்வு கிடைச்சதில்லை.

(கண்ணீர் பொங்க)

எவ்வளவு காலம்தான் இப்படியே வேலை வாங்கிக்கலாம்ன்னு நெனச்சாரோ என்னமோ நம்ம அப்பா? இப்ப, பணம் சம்பாதிக்கற வழிகளையெல்லாம் அப்பா நல்லா தெரிஞ்சிகிட்டாரு. பணம் சம்பாதிச்சி சேர்த்துவைக்கவும் கத்துகிட்டாரு. இப்ப செலவு செய்யட்டுமே. என் படிப்புக்கும் கொஞ்சம் செலவு செய்யட்டுமே. நீ நோபெல் பரிசு வாங்கணும்ன்னு தீர்மானிச்சிருப்பதுபோல நானும் பிகாசோவா ஆகணும்ன்னு நெனச்சிருக்கேன். வேணாம்ன்னு யாராச்சிம் சொல்லட்டும், பார்த்துக்கலாம் ...

சதீஷ்: யாமினி, எதுக்காக காரணமில்லாம சத்தம் போடற?

யாமினி: என்ன சத்தம் போடுன்னு சொல்றதுக்கும் போடாதேன்னு சொல்றதுக்கும் நீ யாரு?

(அழைப்பு மணியின் ஓசை. யாமினி அமைதியடைகிறாள். குளியலறைக்குள் ஓடுகிறாள். சதீஷ் நடந்துசென்று வாசல்கதவைத் திறக்கிறான். ஜூலியா வருகிறாள். கண்கள் சிவந்திருக்கின்றன. அவள் அழுதிருக்கிறாள் என்பது பார்த்ததுமே தெரிகிறது. நடுங்குகிறாள்.)

சதீஷ்: ஜூலியா! வா – என்னாச்சி?

(ஜூலியாவால் பேச முடியவில்லை. சுற்றியும் பார்த்தபடி –)

ஜூலியா: யாமினி இருக்கிறாளா?

சதீஷ்: ஆமாம், என்னாச்சி ஜூலியா?

(அவள் பேசாமல் அமைதியாக இரு என்பதைப் போல சைகை செய்கிறாள். யாமினி வெளியே வந்ததுமே –)

ஜூலியா: யாமினி – சதீஷிடம் ஒரு ரெண்டுமணிநேரம் கொஞ்சம் தனியா பேச வேண்டியிருக்குது. கொஞ்சம் –

(யாமினி எதுவும் பேசாமல் படுக்கையறைக்குள் செல்கிறாள். ஆனால் அறையின் கதவு அரை அங்குலம் திறந்த நிலையிலேயே உள்ளது. மீண்டும் மௌனம்.)

சதீஷ்: என்னாச்சி ஜூலியா?

ஜூலியா: மறுபடியும் அவளோடு நேற்று இரவு நீ ஒன்னா இருந்தியா?

சதீஷ்: யாரோடு?

ஜூலியா: அந்த சூசன். இங்கே.

சதீஷ்: ஆமாம். நாங்க ரெண்டு பேரும் ஒரு ரிசர்ச் ப்ராஜெக்ட் விஷயமா –

ஜூலியா: ராத்திரியில? பதினொன்றரை மணிக்கு?

சதீஷ்: அரையும் குறையுமா விடமுடியாதில்லையா?

ஜூலியா: மறுபடியும் நீ எதுக்கு எனக்கு ஃபோன் பண்ணவே இல்லை?

சதீஷ்: மறுபடியும்?

ஜூலியா: நான் ஃபோன் பண்ணினேன். அவள்தான் ஃபோனை எடுத்து பேசினாள். நான் பேசினேன்னு சொல்லு, திரும்பி எனக்கு பேசச்சொல்லுன்னு நான் அவகிட்ட சொன்னேன். அதுக்காக நான் ரொம்ப நேரம் காத்திட்டிருந்தேன் ...

கிரீஷ் கார்னாட்

சதீஷ்: எனக்குத் தெரியவே தெரியாது. அவள் சொல்லவே இல்லையே. அவளும் ரொம்ப சோர்வா இருந்தா, ஒருவேளை மறந்துபோயிருக்கலாம்...

ஜூலியா: அவள் எதுக்கு சொல்றா? இங்கே நடுராத்திரி வரைக்கும் உன்கூட இருந்தேங்கறது உலகத்துக்கே தெரியட்டும்ங்கறது தானே அவள் எண்ணம். உலகத்துக்கல்ல, எனக்கு.! உன் வீட்டுக்குள்ளேருந்து, ராத்திரி பதினொன்றரை மணிக்கு ஃபோனை எடுத்து, அதுக்கப்புறமா சிரிச்சி சிரிச்சி பேசிட்டிருந்தா.

சதீஷ்: நான் என்ன சொல்லட்டும்? ஆனால் – இங்கே பார் – ஸாரி...

ஜூலியா: நான் ரொம்ப நேரமா காத்திட்டிருந்தேன்...

சதீஷ்: எனக்கு தெரியவே தெரியாது. ஒருவேளை நான் பாத்ரூமுக்கு போயிருந்திருக்கலாம்...

ஜூலியா: அல்லது பெட்ரூமை தயார் பண்ணிட்டிருந்திருக்கலாம்.

சதீஷ்: பைத்தியக்காரத்தனமா பேசாதே, ஜூலியா –

ஜூலியா: என்ன நடக்குது இங்கே?

(சதீஷ் பதில் சொல்லும் முன்பாகவே)

தயவுசெய்து, இனிமேல என்னைத் தேடி வராதே.

(சதீஷ் அவள் அருகில் செல்லும் சமயத்தில்)

என்னை என் வழியில விட்டுடு. என் விஷயத்துல தலையிடாதே!

(ஓடிவிடுகிறாள். சதீஷ் திகைத்து நிற்கிறான். அதற்குப் பிறகு, படுக்கையறைக்குச் சென்று கதவை மூடிக்கொள்கிறான். யாமினி, சமையலறைக்குள் சிறிது நேரம் நின்றிருந்துவிட்டு, மெல்லமெல்ல அடிமேல் அடிவைத்து கூடத்துக்கு வந்து, ஃபோன் செய்கிறாள்.)

ஹலோ, மிஸெஸ் க்ரௌதர், நான் யாமினி ...நான் நல்லா இருக்கேன் ... ஆமாம், நல்லா இருக்கேன். வரேன் ... ... சீக்கிரமா கண்டிப்பா வரேன். மன்னிச்சிக்குங்க மிஸெஸ் க்ரௌதர். நான் கொஞ்சம் அவசர வேலையா இருக்கேன். கௌதம் இருக்கானா? ம், ப்ளீஸ் ...

(சிறிது நேரம் கழித்து, அடங்கிய குரலில்)

யாரு? கௌதம்? – நான் யாமினி. இங்க பாரு, இன்னைக்கு ராத்திரி உன்கூட சினிமாவுக்கு வரேன்னு சொல்லியிருந்தேன் இல்லையா? இப்ப, வரக்கூடிய நிலைமையில இல்லை, சரியா? ஸாரி, இப்ப எதுவும் சொல்லற நிலைமையில இல்லை. இல்லை! நான்? ஒரு ரெஸ்டாரெண்ட்லேருந்து ஃபோன் பண்றேன். ஒரு பழைய ஃப்ரண்ட பாத்தேன். அவனோடுதான் சாப்பிடறதுக்காக வந்தேன் – நாளைக்கும் முடியாது – அவன் இங்க இன்னும் நாலஞ்சி வாரத்துக்கு இருக்கப் போறானாம். அதுக்கப்புறமா – உனக்கு தெரியாது – அப்புறமா பாக்கலாம். கோவிச்சிக்கவேணாம், என்ன? *(நிறுத்தி)* எனக்கு ஒரு சின்ன உதவி செய்யமுடியுமா? என்னுடைய இந்த ஃப்ரண்டபற்றி சதீஷிடம் எதுவும் கேட்டுடாதே. தேங்க்ஸ்.

(ரிசீவரை கீழே வைக்கிறாள். ஒரு பாட்டைப் பாடியவாறு சமையலறைக்குள் செல்கிறாள்.)

காட்சி: மூன்று

(சனிக்கிழமை, அதிகாலை நேரம். கூடத்தில் இருக்கும் ஜன்னல்களை மூடியிருக்கும் திரைகள் அரைகுறையாக விலக்கப்பட்டிருக்கின்றன. ஆனாலும், ஜன்னலுக்கு வெளியே இருக்கும் தோட்டத்தில் பளபளவென்று சுடர்விட்டு ஒளிரும் வெளிச்சத்தையும் அந்த வெளிச்சத்தில் அழகு ததும்ப நின்றிருக்கும் வண்ணவண்ணச் செடிகளையும் பார்க்கமுடிகிறது.

சமையலறை ஜன்னலின் திரை இன்னும் திறக்கப்படவில்லை.

ட்ரெஸ்ஸிங் கவுன் அணிந்த நிலையிலேயே சதீஷ் டெலிபோன் நெம்பரைச் சுழற்றுகிறான்.)

சதீஷ்: ஹலோ – யாரு? மிஸஸ் ஜோன்ஸ்? நான் சதீஷ். உங்களுக்கு மறுபடியும் மறுபடியும் கஷ்டம் கொடுக்கவேண்டியிருக்குது – மன்னிச்சிக்குங்க – ... நேத்து ராத்திரி ஜூலியா அங்க வந்தாளா? ... ஒரு செய்தியும் இல்லை? மூணு நாளா கண்ணிலேயே படாமல் எங்கோ மாயமா போயிட்டா.

(அவன் பேசிக்கொண்டிருக்கும்போது யாமினி கதவைத் திறந்துகொண்டு உள்ளே வருகிறாள். அவள் கைகளில் மளிகைச்சாமான்கள் நிரம்பிய காகிதப்பைகள் இருக்கின்றன. முகம் மலர்ச்சியாக இருக்கிறது. சதீஷ் அவளைப் பொருட்படுத்துவதில்லை. பேசி முடித்ததுமே, சோஃபாவின்மீது உட்கார்ந்து, பத்திரிகையைப் படிக்க ஆரம்பிக்கிறான்.)

யாமினி: குட் மார்னிங். எப்படி இருக்கே? கொஞ்சம் அக்கறையோடு கவனிச்சிக்கலைன்னா, உன் நெத்தியில விழுந்திருக்கும் கோடு அப்படியே நிரந்தரமா நின்னுபோயிடும், தெரிஞ்சிக்கோ.

சதீஷ்: யாமினி, இன்னைக்கு யாரையும் பார்க்கிற மனநிலையில நான் இல்லைன்னு உன்னிடம் நான் நேற்றே சொன்னேன். –

யாமினி: இவ்வளவு தூரம் வந்ததுக்கு, ஒரு கப் டீயையாவது குடிக்க விடறியா, இல்லையா?

(சமையலறைக்குச் சென்று திரையைப் பற்றி இழுக்கிறாள். ஒரு டப்பியைப் பார்க்கிறாள் –)

சர்க்கரை? தீர்ந்துடிச்சா? தூ, எனக்கு ஃபோன் பண்ணி சொல்லக்கூடாதா? வரும்போதே வாங்கிட்டு வந்திருப்பேனே.

(இன்னொரு பாத்திரத்தை எடுத்து)

தற்சமயத்துக்கு...

(தேநீர் தயாரிக்கிறாள்.)

ஜூலியாவைப்பற்றி யோசிச்சி கொழம்பிட்டிருக்கியா? அவளுக்கு ஒன்னும் ஆகியிருக்காது. கவலைப்பட வேணாம்...

(தண்ணீரைச் சுடவைப்பதற்காக அடுப்பில் வைத்துவிட்டு, கூடத்துக்கு வருகிறாள்.)

உனக்கு ஒரு விஷயம் தெரியுமா?

சதீஷ்: அவளைப்பற்றி பேசவே எனக்கு விருப்பமில்லை.

யாமினி: ஜூலியாவுக்கு மூணு வயசு இருக்கும்போது, அவளுடைய அம்மா அப்பா ரெண்டுபேரும் ஒரு விபத்துல செத்துப் போயிட்டாங்களாம்.

சதீஷ்: உனக்கு யார் சொன்னது?

கிரீஷ் கார்னாட்

யாமினி: கார் விபத்து. ஜூலியாவும் காரிலேயே அவுங்களோடு இருந்தாளாம். தூக்கி வீசப்பட்ட சமயத்துல சாலை ஓரமா போயி விழுந்திருக்கா... அதனால பொழச்சிகிட்டா.

(பதில் எதுவும் இல்லை.)

ரெண்டு வருஷத்துக்கு முன்னால – அதாவது இந்த ஊருக்கு வருவதற்கு முன்னாலே – லண்டன்ல அவள் தற்கொலை செஞ்சிக்க முயற்சி செஞ்சாளாம்...

சதீஷ்: உனக்கு எதுக்கு இந்த வேண்டாத விஷயம்?

யாமினி: நான் சொல்ல நினைக்கிறது இவ்வளவுதான். அவளுக்கு பொழைச்சி வாழற கலை நல்லா தெரியும். அவளுக்கு எதுவும் ஆகாது...

சதீஷ்: போதும் நிறுத்து.

யாமினி: இத்தனை மாசமா, உன்னோடு சேர்ந்து சுத்திட்டிருக்கா. உன்னிடம் எதுவும் சொல்லவே இல்லை, அல்லவா? உன்னிடம் கூட இந்த கண்ணாமூச்சி எதுக்கு?

சதீஷ்: யாமினி, அவளுடைய வாழ்க்கையைப்பற்றி இப்படி நீ மூடி மறச்சி பேசறத என்னால ஏத்துக்கவேமுடியாது.

யாமினி: மூடிமறைச்சி! எனக்கு நாத்தனாரா ஆகப்போறவ அவள் –

சதீஷ்: அப்படியெல்லாம் ஆகணும்ன்னு அவள் நெனச்சதே இல்லை.

யாமினி: நீ எப்ப கேக்கப்போறேன்னு துடியா துடிச்சிகிட்டு நிக்கிறா அவள். அப்புறம், நீ நைஸ் இன்டியன் பாய்.

நிச்சயமா நீ கேப்பேன்னு எனக்குத் தெரியும். அவளுக்கும் தெரியும், உனக்கும் தெரியும். பார்த்து பேசி பழகி நாலு மாசம் கூட ஆகலை. அதுக்குள்ள அவள் கையில உன் அறை சாவியை கொடுத்துட்டே. நான் – பெங்களூருலேருந்து வந்திருக்கக்கூடிய உன் அக்கா – அதுக்காக வாதாடிப் பேச வேண்டியதா இருந்தது. இதைத்தான் மூடி மறைக்கறதுன்னு சொல்லறியா?

(மௌனம்.)

அது என்னுடைய உரிமை.

(அவன் செய்தித்தாளைப் படிக்கத் தொடங்குகிறான்.)

ரொம்ப மூடிமறைக்கவேண்டிய அவசியம் எதுவும் இல்லை. அவளுடைய ஆபீஸ்ல நிறைய பொண்ணுங்களும் வேலை செய்றாங்க.

(பதில் இல்லை)

அவளோடு வேலை செய்கிற பொண்ணுங்களுக்கு அவள்மேல பாசமோ அன்போ அல்லது அவளைப்பற்றிய பெரிய கருத்தோ எதுவுமே இல்லை. இந்த ஊரில அவளுக்குப் பழக்கமா இருக்கிற ஒரே ஆளுன்னு சொன்னா, அது நீ ஒருத்தன்தான் –

சதீஷ்: யாமினி –

யாமினி: 'ஓ! பப்ளிக் ஸ்கூலுக்குச் செல்லும் இங்கிலீஷ் பசங்க', 'ஸ்னாப்ஸ்' னெல்லாம் சொல்லி மூக்கை உடைக்கிறவள் தான் அவள். ஆனால், உனக்கு இவ்வளவு ஆர்வம்

இருப்பதற்கான காரணம், நீ இந்த தேசத்துக்காரன் இல்லை, வெளிநாட்டுக்காரன் என்பதாலா?

சதீஷ்: போதும்னு சொன்னேன் இல்லையா?

யாமினி: சரி

(சமையலறைக்குச் சென்று, இரண்டு கப்களை எடுத்துவந்து, ஒரு கப்பை சதீஷ் எதிரில் வைக்கிறாள்.)

உண்மையைச் சொல்லணும்ன்னா, நான் ஜூலியாவைப்பற்றி பேசறதுக்காக வரலை. என் சொந்தக்காரங்களைப்பற்றிப் பேசக்கூட நான் வரலை. ஆனால் –

(மௌனம்)

எனக்கு, என்னமோ செய்யுது.

சதீஷ்: *(நிறுத்தி)* என்னமோன்னா?

யாமினி: யாரோ என்னோடு பேசறதுக்கு முயற்சி செய்யற மாதிரி இருக்குது. இல்லை, குரல் இல்லை. கொட்டற மழையில அகப்பட்டுக்கொண்ட குழந்தையொன்று – ஜன்னல் கண்ணாடிமேல முகத்தை அழுத்தி வைத்துக்கொண்டு என்னமோ சொல்ல நினைப்பதுபோல. கண்ணால பார்க்க முடியலை. ஆனால் உண்மையோன்னு தோணுது.

சதீஷ்: என்ன, சரியா சொல்லு.

யாமினி: என்னோடு பேச யாரோ முயற்சி செய்யறமாதிரி இருக்குது. என்னமோ விசித்திரமான எண்ணம். யாரோ,

அஞ்சும் மல்லிகை

காத்துல வார்த்தைங்களை மிதக்கவச்சி அனுப்பறாங்க. கையை அசைக்கறாங்க. ஆனா பேசமாட்டேங்கறாங்க. முந்தாநாள், நானே பேசிப் பார்த்துடலாம்ன்னு முயற்சி செஞ்சேன். அப்படியே தலை உடைஞ்சி சிதறினமாதிரி ஆயிட்டுது. ரெண்டு நிமிஷம் கண்ணே தெரியலை. குருடியாயிட்ட மாதிரி இருந்தது.

சதீஷ்: *(மெதுவாக)* யாமினி, சொன்னா கோவிச்சிக்கிறே. ஆனால், நீ பதற்றப்படுவதை நிறுத்தினால்மட்டுமே, இந்த தலைசுற்றல், தூக்கம் வராமை எல்லாத்தையும் நிறுத்தமுடியும்ன்னு பலமுறை டாக்டரே சொல்லியிருக்காரு. இங்க பாரு, பெயிண்டிங்ல உன் மனசு ஈடுபடுகிறமாதிரியே தெரியலை. மாசக்கணக்குல நீ க்ளாஸ்க்கு போறதே இல்லை. ரூமுக்குள்ளயே இருக்கற. இல்லைன்னா இங்க இருக்கற. ஒரு நாள்முழுக்க தனியாவே இருக்கற. இங்க உனக்கு எந்த நட்புவட்டமும் இருக்கிறமாதிரி தெரியலை.

யாமினி: அது சரி. ஆனால், இங்கே நான் வெளிநாட்டுக்காரி. என்னை அவளோடு ஒப்பிடவேண்டாம்.

சதீஷ்: நான் அவள் பேச்சையே எடுக்கலை.

யாமினி: *(குரலை உயர்த்தி)* வேற யாரைப்பற்றி பேசறே? நான் அவளைப்பற்றி சொன்னதையெல்லாம் என் மேலயே திருப்பிட்டு, அவள் பேச்சை எடுக்கவே இல்லைன்னு சொல்றியா?

சதீஷ்: கூச்சல் போடவேணாம்...

யாமினி: *(சத்தமாக)* நான் ஒன்னும் கூச்சல் போடலை.

(சட்டென அமைதியடைந்து) பொய். கூச்சல் போடறேன். கூச்சல் போடக் கூடாதுங்கறது உண்மைதான். நான் என் அன்புடைய தம்பியைப் பார்த்து கூச்சல் போடக்கூடாதுன்னு ஒவ்வொரு நாளும் காலையில எழுந்ததுமே மனசுக்குள்ளே சபதம் எடுத்துக்கறேன். எனக்கு வேறு யாரு இருக்காங்க? நண்பர்களே இல்லை. இருக்கட்டும்! கடைசியா நீ என்ன சொல்ல வந்தாய்ன்னு எனக்கு தெரியும். அப்பாவும் அம்மாவும் எனக்காகக் காத்திருக்காங்க. அவுங்களுக்கு வயசாய்ட்டுது. நான் இந்தியாவுக்கு ஏன் திரும்பி போகக்கூடாது?

(மௌனம்)

கவலைப்படாதே. போறேன். முடிஞ்ச அளவு சீக்கிரமா. ஆனால், போகறதுக்கு முன்னால உன் சமையலறையைச் சுத்தம் செய்துட்டு போறேன். அது சமையலறையா, இல்லை சரக்கு எறக்கிவைக்கற அறையா? மதியான சாப்பாட்டுக்கு என்ன செய்வே?

சதீஷ்: தெரியாது.

யாமினி: 'தெரியாது!' 'நீ அந்த விஷயத்துல தலயிடவேணாம்'ங்கற வார்த்தை அதுலயே ஒளிஞ்சிருக்குது. சரி, இருக்கட்டும். வர வழியில பலசரக்குக்கடைக்கு போயிருந்தேன். அங்க பணம் கொறஞ்சது. ஒருசில சாமானுங்களை அங்கயே விட்டுட்டு வந்திருக்கேன். ஒரு பத்து ஷில்லிங் இருந்தா கொடுக்கறியா?

(அவன் அவளிடம் பணம் கொடுக்கிறான்.)

தாங்க்ஸ். இதோ வந்துட்டேன். நீ கொஞ்சம் இங்க சுத்தம் செய். நான் ஷாப்பிங் முடிச்சிட்டு வந்துடறேன். அதுவரைக்கும் நான் வாங்கியாந்திருக்கிற பொருளையெல்லாம் எடுத்து அடுக்கிவைக்கிறியா?

(கிளம்பிச் செல்கிறாள். சமையலறைக்குச் சென்று, அவள் கடையிலிருந்து வாங்கிவந்த பொருள்களை பையிலிருந்து எடுத்து அடுக்கிவைக்க ஆரம்பிக்கிறான்.

வாசல் கதவு தட்டப்படும் சத்தம். அப்புறம் கதவைத் திறந்துகொண்டு ஜூலியா உள்ளே வருகிறாள். பிறகு, கதவுக்கு அருகிலேயே நிற்கும் மனிதனிடம் சொல்லும் விதமாக –)

ஜூலியா: உள்ளே வா, ப்ளீஸ்...

(டேவிட் கர்கவுட் உள்ளே வருகிறான். கையில் ஜூலியாவின் சூட்கேஸைப் பிடித்திருக்கிறான். முப்பதுகளையொட்டிய வயது.)

வா, உக்காரு. டீ போட்டு எடுத்தாரேன்...

(அவனுடைய பதிலுக்குக் காத்திராமல் படுக்கையறைக்குள் செல்கிறாள். அங்கே சதீஷ் இல்லாததைக் கண்ட பிறகு, சமையலறைக்குள் செல்கிறாள். அங்கே சதீஷ், அவளுடைய குரலைக் கேட்டு, தன் ஆர்வத்தையெல்லாம் கட்டுப்படுத்திக்கொண்டு, கோபமுற்றவன்போன்ற பாவனையுடன் இடுப்பின்மீது கைவைத்தபடி நிற்கிறான். அவனைப் பார்த்ததும் ஒரு குற்றவாளியைப் போல கொஞ்சம் கூசி, கொஞ்சம் கண்ணீர் விட்டு, குழம்பிப் போய் நிற்கிறாள் ஜூலியா. அவன் சட்டென சிரிக்கிறான். இருவரும் தழுவிக் கொள்கிறார்கள். முத்தமிட்டுக்கொள்கிறார்கள்.)

ஜூலியா: ஸாரி, ஸாரி. என்னை மன்னிச்சிடு. ப்ளீஸ். என்னை மன்னிச்சிடு.

சதீஷ்: எங்கே மாயமா மறைஞ்சி போயிட்டே?

ஜூலியா: எதையும் கேக்கவேணாம். நான் ஒரு முட்டாள். பைத்தியக்காரி. உனக்கு மோசம் பண்ணிட்டேன்.

சதீஷ்: மோசம் பண்ணிட்டது உண்மைதான்.

ஜூலியா: என்னை மன்னிப்பாயா?

சதீஷ்: எங்கே போனாய், சொல்றியா? ... எதுக்காக?

ஜூலியா: தெரியாது. திக்குதிசை தெரியாம அலைஞ்சேன். பாதை போன எடத்துக்கெல்லாம் போனேன். நேத்து ராத்திரி, ஆற்றங்கரையில –

சதீஷ்: சீ, என்ன உளறுகிறாய்?

ஜூலியா: இன்னைக்கு காலையில அதே ஆற்றங்கரையில, இந்த எல்லா நிறங்களும் பளபளன்னு மின்னின. அப்பொழுது, இனிமேல எனக்கு என்ன வேண்டும்? ஆசைப்பட்டதெல்லாம் கிடைச்சிருக்குது. அதை ஏன் பாழாக்கிக்கொள்கிறாய்?னு எனக்கு நானே கேட்டுகிட்டேன். எழுந்து நின்னேன். உடனே ஓடி வந்துட்டேன்.

சதீஷ்: ஜூல்ஸ், இங்க பாரு. இன்னைக்கு சனிக்கிழமை. இந்த வீக் எண்ட் முழுக்க பிரகாசமான வெயில் இருக்குமாம். ‘பளிங்குமாதிரியான பிரகாசம்’ன்னு ரேடியோவில செய்தி வாசிக்கிறவன் சொன்னான். போய் வரலாமா?

ஜூலியா: எங்கே?

சதீஷ்: எங்கேயாவது தொலைதூரமான இடத்துக்கு. பாதை கொண்டுபோகிற இடத்துக்கு. காருக்குள்ள தாவி உக்கார வேண்டியதுதான், கிளம்பவேண்டியதுதான், என்ன சொல்றே?

ஜூலியா: ஆனால் – என் சட்டையை பாரு – கசங்கி அழுக்கா இருக்குது.

சதீஷ்: உன் அறை வழியாவே போவலாம். அங்கே இருக்கிறதை எடுத்துக்கோ. நானும் ரெண்டு நிமிஷத்துல கிளம்பிடுவேன்...

ஜூலியா: ஓ, சதீஷ்!

(மீண்டும் முத்தமிட்டுக்கொள்கிறார்கள். அவளுக்கு திடுமென எல்லாமே நினைவுக்கு வருகிறது.)

டேவிட்!

சதீஷ்: டேவிட்?

ஜூலியா: டேவிட் கர்க்வுட். மறந்தே போயிட்டேன். கூடத்திலே உட்கார்ந்திருக்கான்.

சதீஷ்: யார் அவன்?

ஜூலியா: வரும்போது எனக்கு காரில லிஃப்ட் கொடுத்தான். உள்ளே வான்னு சொன்னேன். டீ –

சதீஷ்: ...பாடு. நான் போய் அவனோடு பேசிட்டிருக்கேன்.

ஜூலியா: நீ போய் தயாராகு. அவனோடு அரட்டை அடிச்சிகிட்டே உட்கார்ந்திடாதே. நான் அவனுக்கு டீ எடுத்துவரேன்.

கிரீஷ் கார்னாட்

(சதீஷ் கூடத்துக்குச் செல்கிறான்.)

சதீஷ்: ஹலோ – நான் சதீஷ். சதீஷ் ராவ். கொஞ்சம் பொறுத்துக் கணும். ஜூலியா டீ எடுத்துட்டு வருவாள். நானும் இதோ வந்துடறேன். உட்காருங்க.

(படுக்கையறைக்குள் செல்கிறான். தவிப்போடு டேவிட் அவனையே பார்க்கிறான். கதவைத் தட்டும் சத்தம். அதற்குப் பிறகு கதவைத் திறந்துகொண்டு யாமினி பலசரக்குச் சாமான்களைக் கொண்ட பார்சல்களை எடுத்துக்கொண்டு வருகிறாள். டேவிடைப் பார்த்து –)

யாமினி: ஹலோ. சதீஷ் உள்ளே இருக்கானா?

(சமையலறைக்குள் செல்ல முனைகிறாள். ஜூலியாவைப் பார்த்து பேச்சு அடங்கி அமைதியாக நிற்கிறாள்.)

ஜூலியா: யாமினி!

யாமினி: ஹலோ –

ஜூலியா: *(பார்சல்களை வாங்கிக்கொள்வதற்காக கையை நீட்டிய படி)* இங்கே கொடு.

யாமினி: நீ எப்ப வந்தே?

ஜூலியா: இதோ, இப்போதான். அஞ்சி நிமிஷம்கூட ஆகலை. ஸாரி. யாமினி, அன்னைக்கு எனக்கு என்ன ஆச்சோ, என்னமோ –

யாமினி: சதீஷ் குழம்பிப் போய் உட்கார்ந்திருந்தான். இரண்டு நாள் –

(ஜூலியா பார்சலைப் பார்க்கிறாள்.)

ஜூலியா: ஓ! இதெல்லாம் –

யாமினி: மதிய சமையலுக்காக.

ஜூலியா: சரிசரி. என் முட்டாள் மூளையை என்னன்னு சொல்றது?

யாமினி: ஏன் முட்டாள் மூளை?

ஜூலியா: ஒன்னுமில்லை. நாம எல்லாருமே சேர்ந்து சாப்பிடலாம்.

யாமினி: முட்டாள் மூளை? ஏன்?

ஜூலியா: ஒன்னுமில்லை. சும்மா –

யாமினி: 'சும்மா' என்ன? ஏன்?

ஜூலியா: சதீஷும் நானும்...

யாமினி: நீங்க ரெண்டுபேரும்... என்ன?

ஜூலியா: வீக் – எண்டுக்காக எங்கயாவது போய்வரலாம்ன்னு நெனச்சோம். ஆனா, போய்த்தான் ஆவணும்ன்னு ஒன்னும் கட்டாயமில்லை.

யாமினி: கண்டிப்பா கட்டாயம் இருக்குது.

(இருவரும் சிரிக்கிறார்கள்.)

நீங்க ரெண்டு பேரும் கட்டாயமா போய்த்தான் ஆகணும்.

ஜூலியா: நீ இங்கே இருப்பேன்னு எனக்குத் தெரியாது.

யாமினி: ஆனா, அவனுக்குத் தெரியும்...

கிரீஷ் கார்னாட்

ஜூலியா: அவனைப்பற்றித்தான் உனக்குத் தெரியுமே. ஒரு ஒழுங்கு முறையே கிடையாது. நானாவது ஒரு சின்ன குறிப்பு கொடுத்திருக்கலாம். அது என்னவா இருந்தாலும் போனா போகட்டும். நீ இங்கே இருக்கிறேன்னு தெரிஞ்ச பிறகு –

யாமினி: போனா போவட்டும்னு சொன்னா எப்படி? அது போகக்கூடிய விஷயமே இல்லை. என்னமோ அவனும் மூஞ்சிய தூக்கி வச்சிகிட்டு உட்கார்ந்திருக்கானேன்னு நானும் சமைக்கலாம்ன்னு நெனச்சேன். அதுதான், நீ வந்துட்டே இல்லையா? இப்ப கலகலப்பா இருப்பான். நானும் சமைக்கவேண்டிய அவசியம் எதுவும் இல்லை.

(சிரிப்பு. யாமினி பார்சலைப் பிரிக்கிறாள்.)

எங்கே கெளம்பிட்டிங்க?

ஜூலியா: தெரியாது. காரில உட்கார்வது ... போய்ட்டே இருப்பதுன்னு நெனச்சிட்டிருந்தோம் ...

யாமினி: ஆஹா! சதீஷ் எங்கே?

ஜூலியா: சட்டைத்துணிகளை எடுத்துவச்சிக்க போயிருக்கான்.

யாமினி: எடுத்துவைக்கிற வேலையை அவனுக்குச் சொன்னியா? பாதிக்குப் பாதி சட்டையை மறந்தே போயிடுவான். கொஞ்சம் இரு, நான் –

ஜூலியா: நானும் நெனச்சேன். நானே போய் அவனுக்கு உதவி செய்றேன் ...

(வெளியே கிளம்பியபடி, அடங்கிய குரலில்)

ப்ளீஸ், டேவிடுக்கு டீ போட்டுத் தருகிறாயா?

யாமினி: *யார்?*

ஜூலியா: டேவிட் கர்க்வுட்.

யாமினி: ஓ! அங்கே வெளியே உட்கார்ந்திருக்கானே அவனா? தெரிஞ்சவனா?

ஜூலியா: *(தலையை அசைத்து)* ம்ஹூம். வரும்போது ரொம்ப தூரம் லிப்ஃட் கொடுத்தான். டீ போடறியா?

யாமினி: சரி

(ஜூலியா படுக்கையறைக்குச் செல்கிறாள். உள்ளே சென்றதும் கதவை மூடிக் கொள்கிறாள். நின்றிருந்த இடத்திலேயே நிற்கிறாள் யாமினி. கைப்பையைத் திறந்து ஒரு மாத்திரையை எடுத்து வாய்க்குள் போட்டுக்கொள்கிறாள். அதற்குப் பிறகு, தனக்கு முன்னால் வைக்கப்பட்டிருக்கும் டீ கோப்பையை எடுத்துக்கொண்டு வெளியே வருகிறாள். அதை கூடத்திலிருக்கும் தேநீர் மேசையின்மீது வைத்தபடி ...)

யாமினி: இன்னொரு தரம் ஹலோ. நான் யாமினி. சதீஷின் அக்கா. டீ எடுத்துக்கிறிங்களா?

(டேவிட் வெறும் ஹ்ம் என்று சொல்வதோடு நிறுத்திக் கொள்கிறான். யாமினியின் கவனம் முழுக்க படுக்கையறையின் பக்கம் குவிந்திருக்கிறது. அவள் கோப்பைக்குள் டீ டிக்காஷனை ஊற்றுகிறாள்.)

டேவிட்: முதலில் பாலை ஊத்துங்க ...

(யாமினி அவன் பேச்சைக் கேட்டு திகைக்கிறாள்.)

யாமினி: ம்?

டேவிட்: கோப்பைக்குள் முதலில் பாலை ஊத்துங்க. அதுக்கப்புறமா டிக்காஷன். இல்லைன்னா, டீயுடைய ருசியே கெட்டு போயிடும்.

யாமினி: ஓ, தேங்க்ஸ்.

(கோப்பைக்குள் பாலை ஊற்றுகிறாள்.)

டேவிட்: *(சுற்றுமுற்றும் பார்த்தபடி)* உங்க ஆளுங்க எல்லாரும் இங்க ரொம்ப ஜாலியா இருக்காங்க.

யாமினி: *(எதுவும் புரியாதவளாக)* ம்? யாரு?

டேவிட்: காஸ்ட்லியான ஃபர்னிச்சர்ஸ். கார். பார்க்கிங் ப்ளேஸ்.

(நிறுத்தி)

வெள்ளைக்கார பொண்ணுங்க...

யாமினி: ஓ! சதீஷைப்பற்றியும் ஜூலியாவைப்பற்றியும் சொல்றிங்களா? ஹார்வெல் இன்ஸ்டிட்யூட்ல ஃபெல்லோஷிப் இருக்குது. அவளும் இங்க எங்கோ பக்கத்துலயே செக்ரட்டரியா வேலை பார்க்கிறா.

(டேவிட் எழுந்து நிற்கிறான். ஆனால் அவனுடைய தோற்றம் அவளுடைய ஆர்வத்தைத் தூண்டுகிறது.)

ஏன் எழுந்துட்டிங்க? உட்காரலாமே...

டேவிட்: எனக்கு இந்த பாகிஸ்தான் டீயே ஒத்துக்கறதில்லை.

உண்மையை சொல்லணும்ன்னா எனக்கு பாகிஸ்தான் காரங்களையே பிடிக்காது . . .

யாமினி: *உங்களுக்கு அவுங்கள பிடிக்கணும்ன்னு அவசியமில்லை. ப்ளீஸ். போகவேண்டாம் . . .*

டேவிட்: *ஏன் ? என்ன வேண்டும் ?*

யாமினி: *ஒன்னும் வேணாம். உட்காருங்க. கொஞ்ச நேரம். ப்ளீஸ்.*

(என்ன பேசுவதென்று புரியாமல்)

நான் மறுபடியும் முதலிலிருந்தே ஆரம்பிக்கிறேன். சரிதானே ? நான் யாமினி ராவ். நீங்க . . . டேவிட் . . .

டேவிட்: *கர்க்வுட்.*

யாமினி: *நீங்க எந்த காலேஜ், டேவிட் ?*

டேவிட்: *மிஸ்டர் கர்க்வுட்னு சொன்னா போதும். ஒரேவடியா மேல சாய்ஞ்சிடாதிங்க.*

யாமினி: *ஸாரி.*

டேவிட்: *காலேஜ் ? (பல்லைக் கடித்தபடி) எங்களுக்கெல்லாம் எங்கே காலேஜ் ? எங்க காலேஜ்ங்க இருப்பது கருப்பர்களுக்காக. பாகிஸ்தான்காரங்களுக்காக. எங்களப்பற்றி கேக்கறவங்க யாரு ?*

(சதீஷும் ஜூலியாவும் வருகிறார்கள். சதீஷின் கையில் பெட்டி இருக்கிறது. ஜூலியாவைப் பார்த்ததும் டேவிட் எழுந்து நிற்கிறான்.)

சதீஷ்: மன்னிக்கணும், நாங்க ரெண்டுபேரும் காணாம போயிட்டோம். அது ... –

யாமினி: *(அவசரமாக)* நீ அவரைப்பற்றி கவலைப்பட வேணாம். நீங்க கெளம்புங்க ...

சதீஷ்: இல்லை, அதாவது ...

ஜூலியா: நாங்க போய்த்தான் ஆகணும்ன்னு ஒன்னும் கட்டாயம் இல்லை.

யாமினி: இப்ப அந்த கதையெல்லாம் வேணாம். கெளம்புங்க. ரெண்டு நாளு நல்லா அலைஞ்சி திரிஞ்சிட்டு வாங்க. நான் இங்கயே இருக்கலாமில்லையா?

சதீஷ்: தாராளமா இருக்கலாம்.

யாமினி: இதோ, சமையல் சாமானுங்களெல்லாம் வாங்கியாந்திருக்கேன். மிஸ்டர். கர்க்வுட்டயும் இங்கயே சாப்பிடுங்கன்னு சொல்லியிருக்கேன்.

(டேவிட் திகைப்போடு அவளைப் பார்க்கிறான்.)

சதீஷ்: அப்படியென்றால் சரி. நாளைக்கு சாயங்காலம் வருகிறோம். பை.

ஜூலியா: தாங்க்ஸ், டேவிட். நீ எனக்கு பெரிய உதவி செஞ்சிருக்கே. பை.

(இருவரும் கிளம்பிச் செல்கிறார்கள்.)

டேவிட்: உன் மன உறுதியை பாராட்டியே தீரணும்.

யாமினி: சீச்சீ. அது எங்கள் பண்பாடு... எங்களுடைய விருந்தாளி.

டேவிட்: உங்களுடைய பாகிஸ்தான் சாப்பாட்டை நான் தொடவேமாட்டேன்.

யாமினி: *(ஆர்வத்தோடு)* நீங்க எப்படி இங்கே வந்தீங்க?

டேவிட்: பக்கத்துல இருக்கிற கிங்ஸ் ஆர்ம்ஸ் பப்புக்கு கௌம்பினேன். ஸ்டேஷனுக்கு வெளியே நின்னுட்டிருந்தா. என் கார்ல வான்னு சொன்னேன். இது அவளுடைய ஃப்ளாட்டுன்னு நெனச்சி உள்ளே வந்துட்டேன். வந்தா ... சீ! அவிசாரி!

யாமினி: *(சரியாகப் புரிந்துகொள்ளமுடியாமல்)* ஏன்? எதுக்காக அப்படி திட்டறிங்க?

டேவிட்: எல்லாத்தயும் ஒடைச்சி சொல்லணுமா? ஒரு பாகிஸ்தான்காரனோடு சரசமாடுகிறாள் ...

யாமினி: *(அவனையே பார்த்தபடி, மெதுவாக)* ஆமாம்! அதுவும் சரி! நீங்க பொறுப்புணர்வோடு இல்லைன்னா இந்த தேசமே கெட்டு குப்பையாயிடும் ...

டேவிட்: *(ஆச்சரியத்தோடு)* கிண்டலடிக்கிறியா, என்ன?

யாமினி: இல்லை, சத்தியமா இல்லை.

டேவிட்: அப்படின்னா, இங்கே, நீ என்ன செய்றே?

யாமினி: உக்காருங்க, மிஸ்டர் கர்க்வுட், ப்ளீஸ்.

(அவனை நாற்காலியில் உட்காரவைத்துவிட்டு, தன் உள்ளங்கையை உற்றுப் பார்க்கிறாள். அரைகுறையாக முணுமுணுத்தபடி)

என் கையில் ஒரு நீண்ட நட்பு ரேகை தெரியுது.

(டேவிடிடம்)

தொடக்கத்துலயே ஒரு விஷயம் சொல்லிடறேன். என் தம்பி, உங்க நாட்டுடைய ஃபெலோஷிப் வாங்குகிறவன். ஆனால், என் அப்பா எனக்காக இந்தியாவிலிருந்து பணம் அனுப்புகிறார். புரியுதா? இப்ப உக்காருங்க...

(அவன் உட்கார்கிறான்.)

அப்புறம் ஒரு விஷயம். நாங்க இந்தியர்கள், பாகிஸ்தான் காரர்கள் அல்ல! அதனால எந்த பெரிய வித்தியாசமும் உருவாகிடப் போறதில்லை. ஆனாலும் தெரிஞ் சிருக்கட்டும்ன்னு சொன்னேன். சரி, இப்ப சொல்லுங்க, இருந்து சாப்பிட்டுட்டு போறிங்களா, இல்லையா? உங்க கண் முன்னாலயே கையை கழுவி, தட்டுகளைக் கழுவி, கரண்டி முள்கரண்டிகளைக் கழுவி வைக்கறேன். கடையிலயும் ஒரு வெள்ளைக்காரப்பொண்ணுதான் சாமான்களை எடுத்துக் கொடுத்தா. என்ன சொல்றிங்க?

டேவிட்: ரொம்ப மன உறுதியுள்ள பொண்ணுதான் நீ!

யாமினி: இல்லைன்னா, உங்க நாட்டுக்கு எப்படி வந்திருக்கமுடியும்? எங்க இந்தியாவிலயே அழகா வசதியா இருந்திருப் பேன்... ஏதாச்சிம் குடிக்கிறீங்களா?

டேவிட்: பீர்.

யாமினி: *(சங்கட முற்றவளாக)* ஸாரி, என் தம்பி பீர் குடிப்பதில்லை. ஜின்? ஷெர்ரி?

அஞ்சும் மல்லிகை

டேவிட்: விஸ்கி இருந்தா பரவாயில்லை.

(நடுப்பகல் வேளையில் விஸ்கி குடிக்கிற அவனை ஆச்சரியத் தோடு பார்க்கிறாள் யாமினி. தன் ஆச்சரியத்தை மூடி மறைக்கிற முயற்சி எதுவும் இல்லாமலேயே, விஸ்கி பாட்டிலை எடுக்கிறாள்.)

யாமினி: விஸ்கி, … தை ஊற்றுவதில்கூட ஏதேனும் ஸ்பெஷல் நடைமுறை இருக்கிறதா?

(டேவிட் சத்தமாகச் சிரிக்கிறான்.)

சோடா? பர்ஃபி?

டேவிட்: வேணாம்.

(யாமினி ஒரு விஸ்கி தம்ளரை அவனிடம் கொடுத்துவிட்டு, அவளும் ஒரு தம்ளரை எடுத்துப் பருக ஆரம்பிக்கிறாள். டேவிட் அவளையே பார்க்கிறான்.)

டேவிட்: சீயர்ஸ்!

(சிரிக்கிறாள்.)

டேவிட்: ஏன்? என்னாச்சி?

யாமினி: ஒன்னுமில்லை, என்னமோ ஞாபகம் வந்தது…

டேவிட்: அப்படியா? என்ன ஞாபகம் வந்தது?

யாமினி: ஒன்னுமில்லை.

(டேவிட் எழுந்து, அவளுக்கு எதிரில் சென்று நிற்கிறான். மெதுவாக, அவள் முகத்துக்கருகில் சென்று சிகரெட் புகை அவள்மீது படும்வகையில் புகையை விடுகிறான்.)

யாமினி: மிஸ்டர் கர்க்வுட், பெண்கள் முகத்தில் புகையை ஊதுவது அநாகரிகமான செயல்.

டேவிட்: ஏ, கருங்குரங்கு. ஒழுங்கு விஷயங்களைப்பற்றி எனக்கு சொல்லித்தர நினைக்கவேணாம்.! எதையோ நினைச்சி நினைச்சி ரொம்ப சிரிச்சியே, அதைச் சொல்லு. நானும் சிரிக்கிறேன்.

யாமினி: *(நிறுத்தி)* சொல்லியே ஆகணுமா?

(டேவிட் எதுவும் பேசாமல் இன்னொரு முறை புகையை இழுத்து அவள் முகத்தில் ஊதுகிறான். யாமினி 'த்ஸ்' என்றபடி அதை ஒரு பக்கமாக ஒதுக்கியபடி –)

சரி, எங்க அப்பா ஒரு சமஸ்தானத்துல திவானா இருந்தாரு. பரம்பரைப் பணக்காரர். சின்ன வயசுல எங்களை – என்னையும் என் தம்பியையும் – கவனிச்சிக்கறதுக்காக ஒரு தாதியை வேலைக்கு வச்சிருந்தாரு. இங்கிலீஷ் தாதி. வெள்ளைக்காரப்பொண்ணு..! எங்களுக்கு இங்கிலீஷ் பழக்கவழக்கங்களையெல்லாம் கத்துக்குடுக்கறதுதான் அவளுடைய முக்கியமான வேலை. 'மேனர்ஸ்'! மேல்தட்டு வர்க்கத்தினரின் பழக்கவழக்கங்கள்..!

(விஸ்கியை சுவைத்துவிட்டு)

எனக்கு விஸ்கின்னாலே புடிக்காது. மன்னிச்சிக்குங்க, நான் ஷெர்ரி எடுத்துக்கறேன்.

(தனக்காக ஷெர்ரியை ஊற்றிக்கொண்டு வருகிறாள்.)

டேவிட்: அப்புறம்?

அஞ்சும் மல்லிகை

யாமினி: வீட்டுல, மதிய நேரத்தில் விஸ்கி குடிக்க தடையிருந்தது. அதுமட்டுமில்லாம –

டேவிட்: அதுமட்டுமில்லைன்னா, வேறென்ன?

யாமினி: இப்படி குடிக்க ஆரம்பிக்கறதுக்கு முன்னால, 'சீயர்ஸ்'னு சொன்னா அந்தத் தாதி எங்க முதுகுத்தோலை உரிச்சிடுவாள் . . .

(டேவிட் சட்டென்று சிரித்தபடியே, அவளுடைய தலைமுடியைப் பிடித்து இழுக்கிறான். அவள் சத்தம் போடுகிறாள்.)

டேவிட்: ஏய், என்னை கீழ்மட்டத்து ஆள்னு சொல்ல நீ என்ன ராணி எலிசபெத்துனு நினைச்சிகிட்டியா? கருப்பு மூஞ்சிக்காரி – என் கீழ்மட்டத்து காரியத்தின் திறமையை காட்டட்டுமா?

(அவளை இழுத்துத் தழுவி கொஞ்சத் தொடங்குகிறான்.)

யாமினி: விடு– என்னை விடு– விடுன்னு சொல்றேனில்லையா?

(பிடியிலிருந்து நழுவ முயற்சி செய்கிறாள். அவன் விடுவதில்லை.)

அந்த ஜூலியா உங்க கண்முன்னாலயே ஒரு கருப்பனோடு கௌம்பிப் போனாளே, அப்ப உன் கைத்திறமையை காட்டலை, இப்ப காட்டறிங்களா என்ன?

(டேவிட் சட்டென அவளை விட்டுவிடுகிறான். அவள் விலகி நிற்கிறாள்.)

டேவிட்: என்னை சீண்டிப் பார்க்கவேணாம். எச்சரிக்கை!

யாமினி: கோவிச்சிக்காதிங்க. ப்ளீஸ். சண்டை போட்டுக்காம, நாம ஃப்ரெண்ட்ஸா இருக்கமுடியாதா? ம்? மனப்பூர்வமா, என் அடிமனசிலேருந்து, உங்களை புண்படுத்தியிருந்தா மன்னிப்பு கேட்டுக்கறேன்! இந்தாங்க, மிஸ்டர் –

(அவன் கையில் விஸ்கி தம்ளரை வைக்கிறாள்.)

சீயர்ஸ்! ப்ஃரெண்ட்னு ஆனபிறகு டேவிட்னு கூப்பிடலாம் அல்லவா?

(அவன் சிரிக்கிறான். இருவரும் தம் தம்ளர்களை ஒன்றுடன் ஒன்றை உரசவைத்துவிட்டு, குடிக்கிறார்கள்.)

சீயர்ஸ், டேவிட்! கீப் பிரிட்டன் வைட்! இந்த நாடு வெள்ளையாகவே நிலைத்திருக்கட்டும்! பனியைப்போல வெண்மையா– பனியைப்போலவே எவ்விதமான களங்கமும் இல்லாமல்!

(ஷெர்ரியைச் சுவைத்தபடி)

இங்கே பார். இன்னும் சரியான முறையில நம்ம ரெண்டு பேருக்குள்ள அறிமுகம்கூட நிகழலை. அதுக்குள்ள, சண்டைபோடவே ஆரம்பிச்சிட்டோம். அது சரியில்லை! நான் யாமினி. பெயிண்டிங் கத்துக்கப்போறேன்னு ஒரு காரணத்தை சொல்லிட்டு இங்கிலாந்துக்கு வந்திருக்கேன்ங்கறது உண்மைதான். ஆனால், அப்பா சொத்த அழிக்கணும்ங்கறதுதான் முக்கியமான நோக்கம்.

(அவள் பெயிண்டிங் பற்றிய பேச்சைத் தொடங்கியதுமே, சுவரில் தொங்கும் அவளுடைய படத்துக்கருகில் செல்கிறான்.)

ஆமாம், அது என்னுடைய பெயிண்டிங்தான்.

டேவிட்: என்ன இது? சாணத்தை வாரி பூசி மெழுகினதுபோல இருக்குது.

யாமினி: *(படத்தைப் பார்த்தவாறே)* சாணமா? இருக்கலாம்.

டேவிட்: இது என்ன, மாடர்ன் ஆர்ட்டா?

யாமினி: உண்மையைச் சொல்லட்டுமா? அது என்னன்னு எனக்கே தெரியாது. மூணு மாச காலம் ஒரு கேன்வாஸ் முன்னால உட்கார்ந்து உட்கார்ந்து ஒரே அலுப்பா இருந்தது. லைப்ரரியிலேருந்து ஒரு பெயிண்டிங் புத்தகம் எடுத்து வந்தேன். அதுல இந்த ஓவியம் இருந்தது. சுலபம்னு தோணிச்சி. அதையே பார்த்து வரைஞ்சிட்டேன். என் தம்பி பாவம், அது என்னுடைய படைப்புன்னு நெனச்சி, இந்த இடத்துல ரொம்ப பாசத்தோடு தொங்க வச்சிருக்கான். அது போவட்டும், நீ என்ன செய்றே சொல்லு?

டேவிட்: ட்ரக் ஓட்டறேன்.

யாமினி: அப்படியா? அப்படின்னா இன்னும் இங்க இங்கிலீஷ் ட்ரக் டிரைவர்கள் இருக்காங்கன்னு சொல்லு. நான் பார்த்தவகையில் இந்த தொழிலை இங்கே இந்தியர்களும் பாகிஸ்தானியர்களும்தான் செய்றாங்கன்னு நெனச்சேன்.

டேவிட்: அந்த தேவடியா பசங்க அதையும் செய்வாங்க. முயல் குட்டி போட்டாப்புல –

யாமினி: *(சிரித்து)* எங்க ஊருல மேல்சாதியைச் சேர்ந்த ஒரு பொண்ணு கீழ்சாதிக்காரன் ஒருத்தனோடு விபசாரத்

தொழில் பண்ணினா. ரெண்டே நாளில அவனை துண்டு துண்டா வெட்டி போட்டுட்டாங்க. அவளுடைய பிணம் கிணத்துல மிதந்தது. முன்னெச்சரிக்கைன்னு அதைத்தான் சொல்லணும். ஆண்மை. நீங்க என்ன செய்றிங்க?

டேவிட்: வரியா என் கூட? கார்ல கிடையாது. என் ட்ரக்ல. அப்ப நான் காட்டறேன்..

யாமினி: வா, போவலாம்.

டேவிட்: அப்புறம், இங்க ஒரு விஷயம் கேட்டுக்கோ. அதுக்கப் புறமா *(நாடக வசனம் பேசுகிற பாவனையில்)* 'போலீஸ் போலீஸ்'னு சத்தம் போடக்கூடாது.

யாமினி: இல்லை, சத்தம் போடமாட்டேன். நான் ஒன்னும் பெரிய துணிச்சல்காரப் பொண்ணு கிடையாது. ஆனால் முயற்சி செய்யமுடியும். சீயர்ஸ் . . !

(தம்ளரோடு தம்ளரை மோதுகின்றனர்.)

யாமினி: *(மெல்ல)* உண்மையைச் சொல்லட்டுமா டேவிட்? இந்த வீட்டுக்குள்ள காலடி வச்சி நீ எப்படிப்பட்ட புண்ணியத்தை தேடிக்கொண்டாய் தெரியுமா? நான் இந்த நாட்டுக்கு வந்ததிலிருந்து, இப்படி ஒரு அதிர்ஷ்டம் என் வாழ்க்கையில வந்ததே இல்லை.

(அவர்கள் மது அருந்தியபடி ஒருவரையொருவர் பார்த்த படியே இருக்கிறார்கள்.)

என்னை முத்தமிடுவாயா, டேவிட்?

(அவன் அவளை மெல்ல தனது தோள்பக்கமாக இழுத்துச் சாய்த்துக்கொள்கிறான். அவர்கள் முத்தமிட்டுக்கொள் கிறார்கள்.)

இது என் முதல் முத்தம்.

டேவிட்: *(ஆச்சரியப்பட்டவனாக)* என்ன? இதுக்கு முன்னால யாரும் உன்னை முத்தமிட்டதில்லையா?

யாமினி: *(உறுதியான குரலில்)* இல்லை, இந்தியாவில் இருக்கிற நல்ல குடும்பத்துப் பெண்கள் அப்படியெல்லாம் செய்யமாட்டாங்க.

டேவிட்: அப்படின்னா ... ன்னும் கன்னியாகவே இருக்கறியா?

யாமினி: தூ, எப்படிப்பட்ட அநாகரிகமான ஆம்பளை நீ. பண்பாடே இல்லாதவன்.

டேவிட்: *(கோபத்தோடு)* இங்க பாரு, எனக்கு போதும் போதும்னாயிடுச்சி.

(எழுந்து கிளம்புகிறான். அவள் ஓடிச் சென்று அவன் வழியை மறித்தபடி நிற்கிறாள்.)

யாமினி: ப்ளீஸ், டேவிட், கோபித்துக்கொண்டாயா?

(அவன் பதில் சொல்வதில்லை. அவன் கழுத்தை நீவிக்கொடுத்தபடி)

ஸாரி, மன்னிச்சிக்கோ. உன்னை நான் புண்படுத்தியிருந்தால், என் வார்த்தைகளை நான் திரும்பப் பெற்றுக்கொள் கிறேன் ...

டேவிட்: சொன்னேனில்லையா? என்னை சீண்டிப் பார்க்க வேணாம். என்னால கோபத்தைக் கட்டுப்படுத்திக்க முடியாது. சும்மா தூண்டாத.

யாமினி: ப்ளீஸ், டேவிட், என்னோடு... கொஞ்சம் பொறுமையா நடந்துக்கோ ...

(அவனை முத்தமிடுகிறாள்.)

உன்னை முத்தமிடுவது எனக்குப் பிடிச்சிருக்குதா அல்லது உன்னையே எனக்கு பிடிச்சிருக்குதா, தெரியலை. எபப்டியோ, இதற்கு முன்னால நான் எப்பவுமே அனுபவிக்காத சுவை என்பதுமட்டும் நிச்சயம். இப்ப, நான் திட்டம் என்னன்னு சொல்லட்டுமா? முதலில் சூடா சாப்பிடலாம். அதுக்கப்புறமா நான் உன்னோடு ட்ரக் சவாரிக்கு வரேன். இன்னும் கொஞ்சம் விஸ்கி ஊத்திக்கோ. இதை நீ முடிப்பதற்குள்ளாக நான் ஒரு ஸ்பெஷல் பெங்களூர் கறி செஞ்சிடறேன். இந்தியச் சமையலறை, பிரிட்டிஷ் ட்ரக் — இரண்டுக்கும் சீயர்ஸ்

காட்சி : நான்கு

(ஞாயிறு மாலை. ஜன்னல் திரைகள் திறந்திருக்கின்றன. வெளியே வெயில். வீட்டில் யாரும் இல்லை. அழைப்புமணியின் ஓசை. அதற்குப் பிறகு, கதவில் சாவியைப் பொருத்தித் திருப்பி, கதவைத் திறந்துகொண்டு யாமினியும் டேவிட்டும் வருகிறார்கள். டேவிட் கலகலப்பாக இருக்கிறான். யாமினி அவனை வாசலிலேயே நிறுத்தி, உட்பக்கமாக உற்று உற்றுப் பார்க்கிறாள். பொங்கிவரும் சிரிப்பை விழுங்க முயற்சி செய்கிறாள்.)

யாமினி: *(அடங்கிய குரலில்)* ஷ்! இப்ப சத்தம் போடவேணாம்.

(அழைக்கிறாள்.)

சதீஷ், ஜூலியா! ஹலோ! இருக்கிங்களா?

(சமையலறை, படுக்கையறை எல்லாவற்றுக்குள்ளும் பார்த்துவிட்டு ஓடி வருகிறாள்.)

அவுங்க இன்னும் திரும்பி வரலை.

(டேவிட்டையும் உள்ளே வரும்படி அழைக்கிறாள். கொல்லெனச் சிரித்தபடி அவன்மேல் சாய்கிறாள்.)

அப்பா! சிரிச்சி சிரிச்சி வயிறு புண்ணாவே ஆயிடுச்சி. இதுக்கு முன்னால நான் எப்பவும் இப்படி சிரிச்சதில்லை.

டேவிட்: இதுக்கு முன்னால என்னைக்கும் செய்யாத பல விஷயங்களை இந்த ரெண்டு நாளில செஞ்சிருக்கேன்னு தோணுது ...

யாமினி: அதுவும் சரிதான்! நீ யார் தெரியுமா? நீ ஒரு கரடி. உங்க நாட்டுல இருக்கிற வெள்ளைக்கரடி கிடையாது. எங்க ஊர் கருப்புக்கரடி.

(டேவிட் கரடியைப்போல நடித்தபடி, அவளைப் பிடிப்பதற்காக ஓடுகிறான். அவள் அஞ்சி நடுங்குபவளைப்போல அலறியபடி தப்பித்துச் செல்ல முயற்சி செய்கிறாள். இப்படியும் அப்படியுமாக, சோஃபாவைச் சுற்றி, மேசையைச் சுற்றி என மாறிமாறி ஓடுகிறார்கள். டேவிட் அவளை இறுக்கமாகத் தழுவி அலறவைப்பதுபோல நடிக்கிறான்.)

யாமினி: *(சிரித்துச்சிரித்துத் திணறியபடி)* ... ... பாதும்! போதும்! உட்கார். ப்ளீஸ். மூச்சுமுட்டி செத்துருவேன் ...

(அவன் தன் கைகளை பின்னால் இழுத்துக்கொள்கிறான். உடனே யாமினி, அவனைப் பின்னால் தள்ளிவிடுகிறாள். அவன் சோஃபாவின்மீது விழுகிறான். அவள் சிரித்தபடி, அவனுடைய தொடையின்மீது அழுத்தியபடி உட்கார்கிறாள். முகம் முழுக்க முத்தமிடுகிறாள்.)

டேவிட்: இவ்வளவு வயசுக்குப் பிறகும் குழந்தைத்தனம் போகலை—

யாமினி: அப்படின்னா என்ன? நான் சின்னவளா இருந்த சமயத்துல, அறுபது வயது பொம்பளையாட்டமா இருந்தேன். மறந்துகூட ஒரு சின்ன குறும்பும் அப்ப செஞ்சதா ஞாபகமில்லை! என்னுடைய இந்த விளையாட்டுப்புத்தி ஆரம்பிச்சதே நேத்துதான், உன்னை சந்திச்ச பிறகு. இந்த ரெண்டு நாளைக்குள்ள நீ என்னை முழுக்க முழுக்க மலரவைச்சிட்ட.

(டேவிட் மகிழ்ச்சியோடு சிரிக்கிறான்.)

டேவிட்: நான் உன்னை விட்டுடுவேன்னு நினைக்கிறியா?

யாமினி: ஏ, ரொம்ப திமிர் காட்டாதே. இதுவரைக்கும் நான் கன்னியாவே இருந்தேன். ஏன் தெரியுமா? இதுவரைக்கும் நான் சந்திச்ச ஆளுங்க எல்லாருமே மேல்தட்டுக் காரங்களாகவே இருந்தாங்க. ஜெண்டில்மென்! நீ அழுக்கு கீழ்த்தட்டு இங்கிலீஷ்காரன். அதனாலேயே நீ எனக்குப் பொருத்தமான ஆண்.

டேவிட்: ஏ, நாக்கை அடக்கறியா, இல்லை காட்டட்டுமா?

யாமினி: சரி, சீக்கிரமா. என் தம்பி வருவதற்குள்—

(இருவரும் தழுவிக்கொள்கிறார்கள். அதற்குப் பிறகு)

ஆனாலும் நீ சொன்னது சரி. வெள்ளைக்காரர்களிடமிருந்து கருப்பர்களை விலக்கி வைக்கவேண்டும். மேல்தட்டுக் காரர்களிடமிருந்து கீழ்த்தட்டுக்காரர்களை விலக்கி வைக்கவேண்டும். மேல்சாதிக்காரர்களிடமிருந்து கீழ்ச்சாதிக்காரர்களை விலக்கிவைக்கவேண்டும். ஒவ்வொரு சாதி, மதம், இனத்துக்குத் தகுந்தபடி, ஒரு குடும்பத்தை இன்னொரு குடும்பத்திடமிருந்து விலக்கிவைக்க வேண்டும். நடப்பதெல்லாம் ஒரு குடும்பத்தின் கூறுகளுக்கிடையே நடக்கட்டும். ஒரு கூட்டத்திலிருந்து இன்னொன்றை வேறுபடுத்த வேறுபடுத்த சமூகம் சுத்தமாகிக்கொண்டே போகும். எப்படிப்பட்ட அறிவியல்பூர்வமான உண்மை! எப்படிப்பட்ட தரிசனம்!

டேவிட்: என்ன புலம்புகிறாய் நீ?

யாமினி: நீ! உன் ட்ரக்! ட்ரக்கல்ல, ராஜரதம்.! இல்லை, இல்லை, ராஜபடகு...

(தாவி சோபாவின்மீது ஏறி நிற்கிறாள். தலையைச் சுற்றி ஒரு துண்டைச் சுற்றிக்கொண்டு, செங்கோலைப் பிடித்த நிலையில் நின்று நாடகத்தன்மையோடு —)

அவள் ஏறிய படகு ஒளிரும் ஒரு சிம்மாசனத்தைப்போல

தண்ணீர்மீது போய்க்கொண்டிருந்தது.

தங்கத்தால் ஆன துடுப்பு.

கிரீஷ் கார்னாட்

நீல நிறப் பாய்.

அது நளினமாக அசைந்து நகர்கிறது.

காதல்வயப்பட்டு வீசுகிறது காற்று

டேவிட்: ஏ, என்ன இது?

யாமினி: படகுப்பயணம் செய்கிற கிளியோபாத்ரா. ஷேக்ஸ்பியருடைய துரதிருஷ்டமான சாம்ராஜ்ஜியத்தின் பிரஜை. நீ என் மார்க் ஆண்டனி. அவன் அவளைப் பாழாக்கியதுபோல நீ என்னைப் பாழாக்கிவிட்டாய், சொல், ஆண்டனி, உனக்கும் ஒரு ஆக்டேவியா இருக்கிறாளா, என்ன?

(நிறுத்தி) அதாவது, உனக்கு திருமணம் முடிஞ்சிட்டுதா?

டேவிட்: இல்லை.

யாமினி: ஏன் ஆகலை? பார்ப்பதற்கு நீ ஒன்றும் பேரழகனல்ல என்றாலும் அப்படியொன்றும் மோசமானவனும் இல்லை.

டேவிட்: நீயும் பார்ப்பதற்கு நன்றாகவே இருக்கிறாய். ஆனால், நேற்று நான் தீண்டும்வரைக்கும் கன்னியாகவே இருந்தாய்.

யாமினி: போதும் நிறுத்து. எப்ப பார்த்தாலும் கன்னி கன்னின்னு என்ன பேச்சு இது? மனநிலை சரியாக உள்ள ஒருவன் பேசக்கூடிய பேச்சே இல்லை இது.

டேவிட்: ஏ, ஏ, ஏ, அந்தப் பழியை என்மீது சுமத்த வேணாம். அந்த விஷயத்தை ஆரம்பிச்சவளே நீதான். அது சரி, கன்னித்தன்மையைப்பற்றி நான் ஆச்சரியப்படக்கூடாதா

அஞ்சும் மல்லிகை

என்ன? உன் வயசுல இந்த நாட்டுல பெண்கள் கன்னிகளா இருப்பது பெரிய அதிசயம்.

யாமினி: என்ன அவசரம்? எல்லாம் பொறுமையா நடக்கணும். நான் என்னுடைய காதலனோடு சேர்வதற்காக பி அண்ட் ஓ படகிலே வந்தேன்: அந்தப் படகு அதற்கப்புறம் நீரில் இறங்கவே இல்லை! அதுவே அந்தப் படகின் கடைசிப் பயணம். அதற்குப் பிறகு அதைத் துண்டுதுண்டாக உடைத்து சந்தையிலே விற்றுவிட்டார்களாம். எப்படிப்பட்ட அழகான படகு! அல்லது துரதிருஷ்டவசமான படகு! எப்படிப்பட்டதாக இருந்தாலும் கவித்துவமானது. அந்தப் படகு ஏழு கடல்களில் செய்த இறுதிப் பிரயாணம் அது. என்னுடையது முதலாவது.

இங்கே வந்தால் ஒரே பனி! பார்வையில் பட்ட இடங்களிலெலாம் பனியே தெரிந்தது. வெள்ளைவெளேரென. பிணத்தின்மீது வெள்ளைத்துணி போர்த்தியிருப்பதுபோல மொத்த இங்கிலாந்து முழுக்க வெண்மையைப் போர்த்திக்கொண்டிருந்தது. அந்த அளவுக்கு வெண்மை – பனி – மரணம் *(நடுங்குகிறாள்.)*

டேவிட்: ஏ பெண்ணே, போதும் வா. ஷேக்ஸ்பியராகவே இருந்தால்கூட, அளவுக்கதிகமானால் அலுப்பாகிவிடும்.

(கையைப் பற்றி இழுக்கிறான். அவள் நிலைதடுமாறுகிறாள்.)

யாமினி: ஆமாம், போதும். என் தம்பி வரும் நேரமாகிவிட்டது. நீ கிளம்பும் வழியைப் பார் –

டேவிட்: அவன் வந்தால் எனக்கென்ன?

யாமினி: ஏனென்றால், அரசியலில் அவன் இடதுசாரி. சமூக பிரக்ஞை உள்ளவன். உன்னைப்போன்ற பாசிஸ்டுகளைப் பார்த்தால் அவனுக்குப் பிடிக்காது...

டேவிட்: அப்படியா? அப்படியென்றால் வரட்டும். எது எது எப்படி எப்படி என்று நான் அவனுக்குச் சொல்லித் தருகிறேன்.

யாமினி: *(கோபத்தோடு)* கிளம்புன்னு சொல்றேனில்லையா. இப்பவே கிளம்பு.

டேவிட்: கிளம்பமுடியாது. என்ன செய்வாய்?

யாமினி: *(வேண்டிக்கொள்வதுபோல)* ப்ளீஸ் டேவிட், இந்த ரெண்டு நாளும் சொர்க்கத்தையே வலம்வரச் செய்து விட்டாய். தயவுசெய்து, இப்போது அந்த மனநிலையைக் கெடுத்துவிடாதே . . .

டேவிட்: *(எழுந்து)* சரி.

யாமினி: பை, என் மார்கஸ் அண்டோனிகஸ், பை. நாளைக்கு போன்ல பேசறேன்...

(டேவிட் அவளை முத்தமிட்டுவிட்டுச் செல்கிறான். யாமினி சட்டென தளர்ந்துபோய் சோஃபாவின்மீது சரிகிறாள். கண்களை மூடுகிறாள். ஃபோன் மணி அடிக்கிறது. யாமினி சரிந்திருக்கும் இடத்திலிருந்தே அதைப் பார்க்கிறாள். எழுந்திருப்பதில்லை. மணி அடித்தபடி இருக்கிறது. கடைசியில் நின்றுபோகிறது.

சமையலறைக்குள் செல்லும் யாமினி, கேஸ் அடுப்பைப் பற்றவைத்து, சமையல் வேலையைத் தொடங்குகிறாள். வாசல்

அஞ்சும் மல்லிகை

கதவைத் திறந்துகொண்டு சதீஷும் ஜூலியாவும் வருகிறார்கள். அவர்கள் வந்த சத்தத்தைக் கேட்டு, யாமினி வெளியே வருகிறாள். உற்சாகத்தோடு அவர்களை எதிர்கொண்டு வரவேற்கிறாள்.)

யாமினி: வாங்க வாங்க. எப்படி இருந்தது வீக் எண்ட்?

சதீஷ்: *(சோஃபாவின்மீது களைப்போடு அமர்ந்தபடி)* அப்பாடி!

ஜூலியா: அற்புதமாக இருந்தது. கோலாகலமான குளிர்காலத்து அழகைப் பார்க்கணுமே – இங்கே ஊருக்குள்ளே தெரியவே இல்லை – ஒவ்வொரு மரமும் ஒவ்வொரு நிறம். நிறங்களின் திருவிழாதான்.

யாமினி: *(தனக்குள்ளாகவே சிரித்தபடி)* இங்கே என் கண்முன்னால் கருப்பு வெளுப்புன்னு ரெண்டே ரெண்டு நிறங்கள்தான் தெரியுது.

சதீஷ்: எந்த விடுதியிலேயும் இடம் கிடைக்கவே இல்லை. கடைசியாக ஒரு அறைக்குள் மேல்தளத்தில் தங்கி இரவைக் கழிக்கவேண்டியிருந்தது–

யாமினி: சந்தோஷமா இருந்திங்களா, இல்லையாங்கறதுதான் முக்கியம். இப்ப சீக்கிரமா சாப்பிட வாங்க. உருளைக்கிழங்கு போட்ட குழம்பு, கத்தரிக்காய் பொரியல். சப்பாத்தி.

ஜூலியா: *(யாமினியைத் தழுவி)* ஓ, தாங்க்ஸ், யாமினி. கேக்கும்போதே நாக்குல எச்சில் ஊறுது.

யாமினி: இப்படிப்பட்ட அன்புக்கு வெறும் உருளைக் கிழங்கு குழம்பு போதாது . . . இனிப்புப்பொங்கலே செஞ்சிருக்கணும்.

ஜூலியா: *(சிரித்தபடி)* பத்து நிமிஷத்துல நான் குளிச்சிட்டு வரேன்.

(சூட்கேஸை எடுத்துக்கொண்டு படுக்கையறைக்குள் செல்கிறாள்.)

சதீஷ்: பத்து நிமிஷம் ஆகும்னு சொன்னா, எனக்கு ஒரு ஜின். உனக்கு?

யாமினி: வேணாம். நான் சாப்பாட்டை சூடுபடுத்துகிறேன். கடைசி நேரத்துல எல்லாம் சரியா இருக்கறது ரொம்ப முக்கியம்.

(ஜூலியா உடைமாற்றிக்கொண்டு குளியலறையிலிருந்து வெளியே வருகிறாள்.)

சதீஷ், நீ குளிக்கலையா?

சதீஷ்: ம்ஹூம்.

யாமினி: அப்படின்னா, முகம் கழுவிட்டு துணிமாத்து. சீக்கிரமா சாப்பிட்டு முடிக்கலாம். நானும் சீக்கிரமா அறைக்குப் போய் ஓய்வெடுக்கணும். ஊர் சுற்றிச்சுற்றி களைப்பா இருக்குது.

சதீஷ்: ஜெயிலில் உட்கார்ந்து கழிக்கிறமாதிரி இங்கயே உட்கார்ந்து பொழுது போக்கலையே, அது போதும்.

யாமினி: இருந்திருப்பேன், ஆனால் டேவிட் விட்டால்தானே?

சதீஷ்: டேவிட்?

யாமினி: ம், டேவிட் கர்கவுட். உன் ஜூலியாவை இங்க அழச்சிவந்து விட்டானே, அவன்.

சதீஷ்: ஓ, அவனா? எந்த காலேஜில இருக்கான் அவன்?

யாமினி: காலேஜ்? நீ கேட்பாய்ன்னு தெரியும். *(கொல்லென சிரித்து)* டேவிட் காலேஜ் வாசலையே மிதிச்சதில்லை. அவன் ஒரு ட்ரக் டிரைவர்.!

(ஆச்சரியத்தோடு அவளைப் பார்க்கிறான் சதீஷ்.)

திகைப்பா இருக்கு, இல்லையா? எனக்குத் தெரியும். வயிற்றுப்பாட்டுக்காக மக்கள் உழைக்கணும்ங்கற விஷயம் உன் சமூகப்பிரக்ஞையில தோன்றியதே இல்லை, அல்லவா?

(சமையலறைக்குள் சென்று சமையலைத் தொடர்கிறாள்.)

உண்மையைச் சொல்லணும்ன்னா, நம்ம ஹெர்ரே இந்த டேவிடைப் பார்த்திருக்கணும். ஹெர்ரே பாராட்டக்கூடிய இங்கிலீஷ்தனத்துக்கும் டேவிடுடைய இங்கிலீஷ்தனத்துக்கும் எந்தவிதமான தொடர்பும் இல்லை. டேவிட் ஒரு காட்டுப்பசு. அதே லயம். அதே முரட்டுத்தனம். அவனை இங்கே அழைத்துவந்ததற்காக ஜூலியாவுக்கு எத்தனை முறை நன்றி சொன்னாலும் போதாது.

(சதீஷ் சமையலறை வாசலில் நின்று கேட்டுக்கொண்டிருக் கிறான்.)

சதீஷ், ஏன் நிற்கிறாய்? சீக்கிரமா சட்டை மாத்திட்டு வா.

சதீஷ்: யாமினி—

யாமினி: ம்?

கிரீஷ் கார்னாட்

சதீஷ்: உன்னுடைய இந்த பேச்சுமுறையைப்பற்றி எனக்கு நன்றாகவே தெரியும். சொல்ல நினைப்பதை, சொல்லிவிடு.

யாமினி: என் வாய்மூலமாக கேட்பதைவிட, அவனை நீ சந்திப்பதே நல்லது. நீங்க சுற்றித் திரிஞ்சமாதிரி நாங்களும் இந்த ஊர் முழுக்க சுற்றித் திரிஞ்சி இந்த வீக் எண்டை கொண்டாடினோம். காரிலல்ல. அவனுடைய ட்ரக்கில. *(சிரித்தபடி)* சதீஷ், நீ அவனுடைய ட்ரக்கைப் பார்க்கணும். அதில ஏறி உட்கார்ந்து இந்த உலகத்தைப் பார்க்கணும். ஒரு மியூசியம்போல இருக்குது. என்னென்ன பொருள்களையெல்லாம் வச்சிருக்கான் தெரியுமா? சைக்கிள் செயின், இவ்வளவு நீளத்துக்கு பெரிய கத்தி, இரும்புச் சங்கிலி, ஒரு 'ப்ளாக் ஜாக்'. *(விவரித்தபடி)* அதாவது ரப்பர் சுத்தப்பட்ட பிரம்பு. அடிச்சா எலும்பு முரியறமாதிரி அடி விழும். ஆனால், உடம்புல எந்த தழும்பும் விழாது.

சதீஷ்: 'ப்ளாக் – ஜாக்'னா என்னன்னு எனக்குத் தெரியும்.

யாமினி: *(சிரித்தபடி)* நெனச்சாவே சிரிப்பு வருது, தெரியுமா? இன்னைக்கு காலையில நாங்க நியு காலேஜ் பாலத்தின்மேல் நின்னு பேசிட்டிருந்தோம். ஞாயிற்றுக்கிழமை. வண்டி நடமாட்டம் அந்த அளவுக்கு இல்லை. ரெண்டு கருப்பர்கள் போனாங்க. பெரும்பாலும் பாகிஸ்தான்காரங்களா இருக்கலாம். அளவு பெரிசா உள்ள சூட்டு போட்டிருந்தாங்க. எலும்பான உடம்பு. டேவிட் ட்ரக்கை நிறுத்திட்டு எறங்கினான். முதுகுக்குப் பின்னால ப்ளாக் ஜாக்கை வச்சிகிட்டு அவுங்க பக்கத்துல போனான். சட்டுனு அவுங்கள பட்பட்னு அடிக்க ஆரம்பிச்சான். ஒருத்தன்

அங்கயே நிலைகுலைஞ்சி விழுந்தான். இன்னொருத்தன் எங்கயோ ஓடி போயிட்டான்.

(சிரிக்கிறாள்.)

சதீஷ்: யாமினி—

யாமினி: நல்ல கோமாளித்தனமான ஆட்டம்போல இருந்தது. சார்லி சாப்ளின்! சிரிக்கக்கூடாதுதான், ஆனால் –

சதீஷ்: யாமினி –

யாமினி: ஓ, ஸாரி. இப்ப நீ சீக்கிரமா முகத்தை கழுவிட்டு ... –

சதீஷ்: யாமினி, நீ சொல்றதெல்லாம் உண்மைதானா?

யாமினி: அவன் என்னை ஒன்னும் செய்யலை.! முழுக்கமுழுக்க ஜெண்டில்மேன். நீ என்னைப்பற்றி எந்தக் கவலையும் படவேண்டிய அவசியமும் இல்லை.

சதீஷ்: நீ உண்மையைத்தான் சொல்றியா, இல்லை என்னை சீண்டிப் பார்க்கணும்ன்னு –

யாமினி: நாளைக்கு சாயங்காலம் சந்திக்கலாம்ன்னு சொல்லியிருக்கான் அவன்.

சதீஷ்: நீ போய்த்தான் ஆகணும்ன்னா போ. ஆனால், நீ சொல்றதை நம்புவதா ...

யாமினி: ஏன் நம்பக்கூடாது? நான் சொன்ன ஒவ்வொரு வார்த்தையும் உண்மை. சத்தியம் பண்ணி சொல்றேன். அவன் கிங்க்ஸ் ஆர்ட்ஸ் பப்புக்கு போவான். அங்கே

அவனுடைய கூட்டாளிகள் ஒன்னு சேருவாங்க. அவுங்க எல்லாருமே ப்ளாக் ஜாக் வச்சிகிட்டே திரியறாங்க. சிலர் ஜாக்பூட்ஸ் கூட போட்டுக்கிறாங்க.

(தொடர்ந்து)

அவுங்களையெல்லாம் எனக்கு அறிமுகப்படுத்தி வச்சான். ரொம்ப சார்மிங்கான பசங்க. நல்ல பசங்க. அவுங்க வாழக் கூடிய சேரிகளில் உள்ள விலைமாதர்கள் எல்லா சமயங் களிலும் கர்ப்பிணியாவே இருப்பாங்களாம்ன்னு அவுங்க சொன்னாங்க.

(எந்தப் பதிலும் சொல்லாமல் சதீஷ் அமைதியாக அவளையே பார்த்தபடி நிற்கிறான். யாமினி குழம்பை முகர்ந்து பார்த்து...)

ம்... நல்லா இருக்குது...

(அழைப்புமணியின் ஓசை கேட்கிறது.)

சதீஷ், டேவிடுக்கு கல்யாணம் ஆயிட்டுது. ரெண்டு குழந்தைககளும் இருக்காங்களாம். ஆண் குழந்தைகள். அப்புறம், நான் சொல்லலைன்னு சொல்லாதே.

(மீண்டும் அழைப்புமணியின் ஓசை. சதீஷ் கதவைத் திறக்கிறான். கௌதம் உள்ளே வருகிறான். மகிழ்ச்சியாகக் காணப்படுகிறான்.)

கௌதம்: *(கூவியபடி)* *சதீஷ், முதலில் கங்ராஜுலேஷன்ஸ்னு சொல்லு. எனக்கு உலக வங்கியிலிருந்து ஆஃபர் வந்திருக்குது—*

சதீஷ்: *கங்ராஜுலேஷன்ஸ்..!*

கௌதம்: முதலில் இந்த வேலையில உட்கார்ந்திட்டா போதும். முதலில் நியுயார்க். அப்புறம் தென் அமெரிக்கா! இந்த இங்கிலாந்து, அந்த இந்தியா ரெண்டிலேருந்தும் விடுதலை.

யாமினி: *(வெளியே வந்தபடி)* என்ன கௌதம்? இத்தனை நாளா, எங்கே காணாம போயிட்டே?

கௌதம்: காணாம போனது நானா ... –

யாமினி: போதும். போதும். நல்ல செய்தி சொல்லியிருக்கே. கொஞ்சம் டிரிங்க்ஸ் எடுத்துக்கோ. நல்ல சாப்பாடு போடறேன் ... –

கௌதம்: இப்படி சொல்லாம கொள்ளாம வந்ததுக்காக தப்பா எடுத்துக்க வேணாம். ஆனாலும் எத்தனை தரம்தான் ஃபோன் பண்ணி பார்க்கறது? யாமினி தன்னுடைய அறையிலயும் இல்லை. இங்கேயும் இல்லை. நீங்களும் இல்லை. எல்லாருமே மாயமா போயிட்டிங்க!

ஜூலியா: *(குளியலறையிலிருந்து வெளியே வந்தபடி)* என்ன ஒரே சத்தம்?

கௌதம்: உலகவங்கியிலிருந்து ஆஃபர் வந்திருக்குது!

ஜூலியா: அப்படியா? நல்ல விஷயம்! வந்துட்டே இல்லையா, எல்லோரும் சேர்ந்து கொண்டாடலாம் ...

(படுக்கையறைக்குள் செல்கிறாள்.)

கௌதம்: கொண்டாட்டம்னு பேச்சு வந்துட்டப்புறம் சொல்லியே தீரணும். நீங்க எல்லோரும் டிசம்பர் பத்தாம் தேதியை எனக்காக ஒதுக்கிவைக்கணும்.

யாமினி: ஏன்? அன்னைக்கு என்ன விசேஷம்?

கௌதம்: அன்னைக்கு நம்ம இன்ஸ்டிட்யூட்ல விண்டர் பால் இருக்குது. குளிர்காலத்தை வரவேற்பதற்காக ஒரு நடனம். காலேஜ் முழுக்க விளக்கு அலங்காரம் இருக்கும். ஷாம்பெய்ன், சாப்பாடு, சிற்றுண்டி, இசை, நடனம். அதுக்கு நீங்க எல்லோரும் வரணும்.

சதீஷ்: நடனத்துக்கும் எனக்கும் என்ன சம்பந்தம்?

கௌதம்: எனக்கும் அப்படித்தான். ஆனால் ஷாம்பெய்ன் குடிச்சதுக்கு பிறகு நடனம் தானா பொங்கிவரும். ம்னு சொல்லு.

சதீஷ்: சரி, வரேன்.

கௌதம்: யாமினி –

யாமினி: டிசம்பர் பத்து, இன்னும் ஆறு வாரம் இருக்குது. அதுக்குள்ளே ...

கௌதம்: சரின்னு சொல்லு. ஒத்துக்கொள்.

யாமினி: சரி. வரேன்.

கௌதம்: எப்படியோ, நாள்முழுக்க ஃபோனை சுற்றிச்சுற்றி கஷ்டப்பட்டதுக்கு நல்ல பலன் கிடைச்சது..

ஜூலியா: *(உள்ளே வந்தபடி)* இப்போது இருபத்தொரு துப்பாக்கி களின் முழக்கம் ஆரம்பமாகட்டும்! பார்ட்டி எங்கே?

கௌதம்: பார்ட்டின்னு எந்த பார்ட்டியை சொல்றே? டிசம்பர் பத்தாம் தேதி எங்க காலேஜில விண்டர் – பால் இருக்குது.

அதுக்கு நீங்க எல்லாரும் வரணும்.

(எதையோ சொல்லவேண்டும் என்று ஜூலியா முனைவதற்குள், அழுத்தமான குரலில்)

வந்தே ஆகணும்.

சதீஷ்: அதான் வரோம்ன்னு சொல்லிட்டோமே, அப்புறம் என்ன? எழுந்திரு, சாப்பிடப் போகலாமா?

ஜூலியா: சதீஷ்!

சதீஷ்: என்ன?

(அவள் அவனை உற்றுப் பார்க்கிறாள்.)

என்னாச்சி?

(அவள் சற்றே கோபத்தோடு தரையை உதைக்கிறாள். சதீஷ் சட்டென நினைத்துக்கொண்டதுபோல—)

ஓ, ஸாரி. கௌதம். மறந்தே போச்சு பாரு. டிசம்பர் பத்தாம் தேதி, ஜூலியாவுடைய பிறந்தநாள்.

கௌதம்: பிறந்தநாள்ன்னா இன்னும் நல்லதா போச்சி.

(சதீஷ் ஜூலியாவின் பக்கம் பார்க்கிறான். அவளுடைய கண்களில் நிராசையின் கண்ணீர்)

சதீஷ்: வேணாம் கௌதம். அன்னைக்கு அவளுடைய இருபத்தோராவது பிறந்தநாள். நாங்க ரெண்டு பேரும் தனியா, எங்கயாவது போய் தனியா கொண்டாடணும்ன்னு இன்னைக்கு மதியம்தான் பேசிக்கொண்டோம். *(ஜூலியாவிடம்)* ஸாரி, டார்லிங்.

கிரீஷ் கார்னா

ஜூலியா: உன் கவனமெல்லாம் எங்கேதான் இருக்குமோ?

சதீஷ்: எனக்கு வயசாவுது இல்லையா! *(கௌதமிடம்)* அப்பா, எங்களை விட்டுடு . . .

கௌதம்: இருபத்தோராவது பிறந்தநாள்னு சொல்லிட்ட பிறகு, அதுக்கு அப்பீலே இல்லை. சீயர்ஸ்!

யாமினி: *(இயல்பான குரலில்)* ஜூலியா, சாப்பாட்டை சூடாக்கி மேசைமேலே வச்சிருக்கேன். நீங்களே எடுத்து வைத்துக்கொள்கிறீர்களா? நான் இதோ வந்துட்டேன் –

ஜூலியா: எங்கே கிளம்பிட்ட, யாமினி?

யாமினி: இந்த மோசமான தலைவலி. எப்ப வரும்ன்னே சொல்லமுடியாது. கொஞ்சம் காத்தாட நடந்துட்டு வரேன்.

ஜூலியா: ஆஸ்ப்ரின் வேணுமா?

யாமினி: வேணாம், வேணாம். கொஞ்ச நேரம் வெளியே தோட்டத்தில நடந்துவந்தா சரியாயிடும். இதோ வந்துட்டேன்.

சதீஷ்: இந்த இருட்டுல தனியா எப்படி போவாய்?

கௌதம்: நானும் வரட்டுமா?

யாமினி: வேணாம், ப்ளீஸ்.

கௌதம்: *(எழுந்து நின்று)* நானும் வந்தே தீருவேன்!

யாமினி: (சத்தமாக) கௌதம் . . . ப்ளீஸ்!

(கௌதமுக்கு வேறு வழியில்லை. யாமினி கிளம்பிச் செல்கிறாள்.)

கௌதம்: நான் வந்திருக்கக்கூடாது. வந்து உங்களுடைய மாலைப்பொழுதையே கெடுத்துட்டேன்.

சதீஷ்: நான்சென்ஸ்! உட்கார். கொஞ்சம் விஸ்கி எடுத்துக்கோ.

கௌதம்: *(முகம் சுருங்கியவனாக)* ஜூலியா, ஏன் இப்படி யாமினி என்னிடமிருந்து நழுவிப் போகிறாள்?

ஜூலியா: இல்லை கௌதம், நழுவுவதற்கான முயற்சி கிடையாது. இந்தத் தலைவலிக்கொடுமை எப்பவுமே அவளுக்கு இருக்கும் பிரச்சினைதான். உனக்கும் தெரியுமில்லையா?

(மௌனம். அவர்கள் சமையலறைக்குள் நுழைகிறார்கள்.)

கௌதம்: எனக்கு பசியே போயிட்டுது. அதுமட்டுமில்லை, இப்ப இந்த வேலையும் உறுதியா கிடைச்சிட்டுதுங்கற நிலைமையில யாமினிகிட்டயும் ஒருசில விஷயங்களை வெளிப்படையா கேட்டாக வேண்டியிருக்குது.

ஜூலியா: கௌதம் –

கௌதம்: எக்ஸ்கியூஸ் மி. நீங்க தொடருங்கள்...

(புறப்படத் தயாராகிறான். டெலிபோன் மணி அடிக்கிறது. கௌதம் ரிசீவரை எடுக்கிறான்.)

ஹலோ – ஆமாம், நான்தான்.

(நீண்ட மௌனம்.)

சரி, குட் நைட்.

(ரிசீவரை கீழே வைக்கிறான்.)

கிரீஷ் கார்னாட்

சதீஷ்: *(சமையலறைக்குள் உட்கார்ந்தபடியே)* யாரு கௌதம்?

கௌதம்: *(கதவுக்குப் பக்கமாக வந்து)* யாமினி. *(சில கணங்கள் வரை மௌனம்)* அப்படியே அறைக்குப் போறேன், சாப்பாட்டுக்கு வரமாட்டேன்னு உங்களிடம் சொல்லச் சொன்னாள். *(மீண்டும் நிறுத்தி)* என் பின்னாலயே வராதேன்னு என்னிடம் தனியா அழுத்திச் சொன்னாள். அவ்வளவுதான். பை.

(கிளம்பிச் செல்கிறான். ஜூலியாவும் சதீஷும் மட்டுமே இருக்கிறார்கள். மௌனம்.)

சதீஷ்: *(புன்னகையோடு)* சீக்கிரமா சாப்பிட்டு முடிக்கலாமா? உன்னை உன் அறைவரைக்கும் கூடவந்து விட்டுட்டு திரும்பிடறேன்.

ஜூலியா: சதீஷ், நான் இன்னைக்கு ராத்திரி . . . இங்கயே இருக்கலாம்ன்னு நெனச்சிட்டிருந்தேன்.

சதீஷ்: *(மெதுவான குரலில்)* ஸாரி ஜூலியா. எனக்கு ரொம்ப சோர்வா இருக்குது. அதுமட்டுமில்லாம . . . நாளைக்கு காலையில சீக்கிரமா எழுந்து கிளம்பிப் போகணும் . . .

(ஜூலியா அவனையே பார்க்கிறாள். அவன் குனிந்து சாப்பிடத் தொடங்குகிறான்.)

ஜூலியா: சரி.

(இருவரும் பேச்சில்லாமல் சாப்பிடுகிறார்கள்.)

காட்சி: ஐந்து

(மாலை. குளிர்காலம். ஜன்னலுக்கு வெளியே காணப்படும் தோட்டத்தில் மரங்களின் இலைகளெல்லாம் உதிர்ந்திருக்கின்றன. இயற்கையே மொட்டையானதுபோல உள்ளது.

ஜூலியா ஜன்னல் திரையை மூடுகிறாள். அழகான துணிகளால் அலங்கரித்துக்கொண்டிருக்கிறாள். கைக்கடிகாரத்தைப் பார்க்கிறாள். படுக்கையறைக்குள் வந்து –)

ஜூலியா: *(சத்தமாக)* இன்னும் முடியலையா?

சதீஷ்: *(படுக்கையறைக்குள்ளிருந்து)* இன்னும் அஞ்சி நிமிஷம்... அந்த கார்டினர் தேவடியா பையன் கடைசி நேரத்துல மீட்டிங் வச்சிட்டு வான்னு சொல்றான்.

ஜூலியா: நீ போயிருக்கக்கூடாது. அது என்ன லேபா, ஜெயிலா? – நாள் முழுக்க...

சதீஷ்: *(உள்ளே இருந்தபடியே)* முக்கியமான மீட்டிங் இருந்தது...

ஜூலியா: இப்ப மறுபடியும் பேசி, நேரத்தை வீணடிக்கவேணாம். சீக்கிரமா முடி.

சதீஷ்: *(உள்ளே இருந்தபடியே)* அதைத்தான் செஞ்சிட்டிருக்கேன். நீதான் சும்மா சும்மா பேச்சு கொடுத்து, டிஸ்டர்ப் செய்றே.

(வாசல் கதவைத் தட்டும் சத்தம். ஜூலியா திறப்பதற்காகச் செல்வதற்குள் யாமினி வருகிறாள். கையில் இரண்டு பார்சல்கள். ஒரு பூங்கொத்து)

கிரீஷ் கார்னாட்

யாமினி: நல்லவேளை, இன்னும் கிளம்பலை அல்லவா? எங்கே தவறிடுமோன்னு பயந்திட்டிருந்தேன்.

ஜூலியா: சதீஷ் இன்னும் தயாராகலை. இப்பதான் வந்தான். மீட்டிங் இருந்ததாம்..

யாமினி: அது என்னைக்கும் இருப்பதுதானே ! ஜூலியா, ஹேப்பி பர்த் டே டார்லிங் –

(இருவரும் தழுவிக்கொள்கிறார்கள்.)

இது உனக்காக! பிறந்தநாள் பரிசு –

ஜூலியா: தாங்க்யூ! என்ன இது?

(பார்சலைப் பிரிக்கிறாள். உள்ளே ஒரு புதுப்புடவை, ஜாக்கெட் துணி.)

ஜூலியா: *(மகிழ்ச்சியில் சத்தமாக)* . . . . சதீஷ். யாமினி எனக்காக என்ன கொண்டுவந்திருக்கா பாரு . . !

(வேகவேகமா புடவையை தன் உடல்முழுக்கச் சுற்றிக் கொள்கிறாள். யாமினி உதவுகிறாள். உடல்முழுதும் புடவையைச் சுற்றியபடி அங்குமிங்கும் நடந்துபார்க்கிறாள். சதீஷ் வெளியே வருகிறான். புத்தாடை அணிந்திருக்கிறான். கழுத்தில் ஸ்கார்ப்ஃ)

ஜூலியா: எப்படி இருக்குது சதீஷ்?

சதீஷ்: பியூட்டிஃபுல்! எங்கே கிடைச்சது?

யாமினி: அது ஒரு ரகசியம். ஆனால், அந்த நிறத்தைத் தேர்ந்தெடுத்தது நான். அது மட்டும் சொல்லமுடியும்.

ஜூலியா: யூ ஆர் எ டார்லிங்.!

சதீஷ்: அப்படின்னா, உன் பிறந்தநாளுக்கு உனக்கு பரிசு கொடுக்காதவன் நான் மட்டும்தான்ங்கறமாதிரி ஆயிடுச்சி. அந்த பாழா போன மீட்டிங் பரபரப்புல –

ஜூலியா: அது எப்பவும்போலத்தானே.

(ஜூலியாவும் யாமினியும் சிரிக்கிறார்கள்.)

யாமினி: சதீஷ்: அவளுடைய பிறந்தநாளில், உனக்காக இது. *(பார்சலைக் கொடுத்தபடி)* புதிய டை.

சதீஷ்: *(டையைப் பார்த்தபடியே)* தாங்க்யூ. வெரிவெரி நைஸ்.

யாமினி: டை கட்டிக்க கத்துக்கோ. அவகிட்ட எவ்வளவு அழகழ கான ஹேட்கள் இருக்குது. ஆனால் நீ இப்படி விளையாட்டுப் பையன்களைப் போல ஸ்கார்ப் கட்டிகிட்டு திரிஞ்சா, அவள் அதையெல்லாம் எப்ப போட்டுக்கொள்வது?

சதீஷ்: நீங்க ரெண்டுபேரும் ஒன்னா சேர்ந்துட்டிங்கன்னா, அழ வச்சிடறிங்க. மேடம், நீங்க அந்த புடவையை அவிழ்த்து ஓரமா வச்சிட்டு வந்திங்கன்னா, நாம கௌம்பலாம்.

ஜூலியா: இந்த ப்ளவுஸூம் தயாரா இருந்ததுன்னா, இன்னைக்கே இதை கட்டியிருப்பேன்.

யாமினி: கண்ணாடி வளையலும் வேண்டும். ஆனால், உன் கை அளவு என்னிடம் இல்லை...

சதீஷ்: *(சற்றே கோபமாக சத்தத்துடன்)* நீங்க இப்ப கௌம்பறிங்களா, இல்லையா?

ஜூலியா: இதோ ...

(புடவையை அவிழ்க்க ஆரம்பிக்கிறாள்.)

சதீஷ்: கிளம்பு யாமினி, உன்னையும் உன் அறைவரைக்கும் அழைச்சிட்டு போறேன் ...

யாமினி: வேணாம், நான் இங்கயே இருக்கேன்.

சதீஷ்: கௌதம் இங்க வரப்போறானா? அப்படின்னா, அங்க போட்டுக்கொள்ள நல்ல டிரெஸ் கொண்டுவந்திருக்கே, அல்லவா?

யாமினி: *(தப்பிப்பதுபோல)* இல்லை. எனக்கு வேறு எந்த டிரெஸ்ஸூம் வேணாம்.

சதீஷ்: வேணாமா? நீ இந்த மாதிரி டிரெஸ்ஸ போட்டுகிட்டு போகமுடியாது யாமினி. காலேஜ் நடனம்ன்னா பெண்கள் அப்ஸரஸ்களைப்போல அலங்காரம் பண்ணிகிட்டு வருவாங்க ...

யாமினி: நான் நடனத்துக்கு போகலை.

சதீஷ்: *(ஆச்சரியத்தோடு)* ஏன்?

யாமினி: நீங்க ரெண்டுபேரும் வருவிங்கன்னு நெனச்சி அன்னைக்கு நானும் ஒத்துகிட்டேன். இப்ப தனியா –

சதீஷ்: கௌதம் இருக்கானில்லையா?

யாமினி: ம்ஹூம். அறிமுகமே இல்லாதவங்க நடுவுல போயி – எனக்கு மூச்சு முட்டி பைத்தியமே பிடிச்சமாதிரி ஆயிடும்.

சதீஷ்: கௌதமிடம் சொல்லிட்டியா?

யாமினி: *(அஞ்சியவளாக)* காலையில ஃபோன் பண்ணினேன். அவன் எடுக்கலை. இப்ப செய்யட்டுமா?

சதீஷ்: *(கோபத்தோடு)* இப்ப? காலையில? யாமினி, உனக்கு மூளை –

ஜூலியா: *(அவன் கையைப் பற்றி)* சதீஷ்!

சதீஷ்: அவன் உன்னிடம் சொல்லி ஒன்றரை மாசத்துக்கும் மேல இருக்கும். போகவேண்டாம்ன்னு நீ நெனச்சிருந்தா, இத்தனை நாள் ஏன் அவனிடம் சொல்லலை?

யாமினி: *(அப்பாவியாக)* சொல்லணும்ன்னுதான் நெனச்சிருந்தேன். ஆனால் – (வேகமாக) சில சமயத்துல சொல்ற பேச்ச அவன் காதுகுடுத்து கேக்கறதே இல்லை. பின்னாலயே சுத்தி, ஃபோன் பண்ணி, பேசிப்பேசி போதும்போதும்னாக்கிடுவான். தான் நினைக்கறதுதான் சரி என்கிற நினைப்பு அவனுக்கு ...

சதீஷ்: இப்ப சொன்னால்மட்டும் அவன் என்ன செய்வான்னு நெனைக்கிறே?

யாமினி: அதுக்காகத்தான் டேவிடை இங்கே வரச் சொல்லி யிருக்கேன் ... அவனோடு சினிமாவுக்குப் போறேன்.–

சதீஷ்: டேவிட்!

யாமினி: *(கோபமாக)* அவனைப்பற்றி ஒன்னும் பேசவேணாம். இப்பவே சொல்லிட்டேன்.

சதீஷ்: *(தன்னை கட்டுப்படுத்திக்கொண்டு, அமைதியாக)* உனக்கு டேவிடோடு போகணும்ன்னா போ யாமினி. அதே சமயத்துல

கௌதமபற்றியும் கொஞ்சம் யோசிச்சி பார்க்கிறியா? நீ தொடக்கத்திலேயே கறாரா வரமுடியாதுன்னு சொல்லி யிருந்தா, அவன் வேற எந்த பொண்ணயாவது ஏற்பாடு செஞ்சியிருப்பான். இப்ப, இப்படிப்பட்ட பெரிய நிகழ்ச்சிக்கு துணை இல்லாம போனால், அவனைப் பார்த்து எல்லோரும் சிரிக்க மாட்டாங்களா? இந்த டேன்ஸ்க்கு ஒவ்வொரு டிக்கட்டுக்கும் எவ்வளவு விலை ஆகுதுன்னு தெரியுமா?

யாமினி: நான் அந்த செலவுக்கான தொகையை கொடுத்துட றேன்...

சதீஷ்: பைத்தியம்போல பேசாதே. இது பணத்தைப்பற்றிய பிரச்சினை கிடையாது.

யாமினி: ப்ளீஸ், ப்ளீஸ், கூச்சல் போடவேணாம்.

சதீஷ்: நான் எங்கே கூச்சல்போடறேன்? நான் சொல்ல வருவது –

ஜூலியா: ஆமாம், நீ கூச்சல்தான் போடறே, ப்ளீஸ் சதீஷ்!

சதீஷ்: *(யாமினியிடம்)* நீ வருவேன்னு அவன் தன்னுடைய நண்பர் களிடமெல்லாம் சொல்லி வச்சிருப்பான். – என்னென்ன திட்டங்கள் போட்டிருப்பான்...

யாமினி: கடவுளே, நான் எதைச் செய்தாலும் ஏன் இப்படி ஆகுது?

சதீஷ்: *(அவளுக்கருகில் வந்து உட்கார்ந்து, நிதானமான குரலில்)* டேவிடோடு சினிமாவுக்குப் போறதா இருந்தால் நாளைக்கு போய்க்கலாம். அந்த சினிமா எங்கயும் போயிடாது.

அஞ்சும் மல்லிகை

யாமினி: இப்ப கடைசி நேரத்துல வேணாம்ன்னு சொன்னா, அவன் கோவிச்சிக்குவான். அவனுடைய கோபத்தைப்பற்றித்தான் உனக்குத் தெரியுமே – முடியாது, என்னால முடியாது.

சதீஷ்: யாமினி, மூளையில்லாம பேசாதே. கௌதம் உன்னை விரும்புகிறவன், நினைப்பிருக்கட்டும்! உன்னைத் திருமணம் செய்துக்கணும்ன்னு துடிக்கிறவன். இன்னைக்கு ஒருநாளாவது, அவனோடு இருப்பதற்கு ஒத்துக்கொண்டாயேன்னு அவன் சந்தோஷத்தில குதிச்சிட்டிருப்பான். இப்படி அவனுக்கு அவமானம் உண்டாவதுபோல நடக்கிற அளவுக்கு, அவன் என்னதான் செஞ்சான்? *(கடிகாரத்தைப் பார்த்து)* அவன் இந்நேரத்துக்கு உன் அறைக்குக் கிளம்பிப் போயிருப்பான்.

யாமினி: *(முழுக்கமுழுக்க குழம்பியவளாக)* ஐயோ..!

(அழைப்புமணி அடிக்கும் ஓசை கேட்கிறது. யாமினி துள்ளியெழுந்து –)

டேவிட்!

சதீஷ்: ஒரு விஷயம் ஞாபகத்தில இருக்கட்டும். கௌதமை பார்க்கிறவங்க கிண்டல் பண்ற அளவுக்கு வச்சிக்கவேணாம். டேவிடுக்கு புரியறமாதிரி எடுத்துச் சொல்லு.

யாமினி: சரி, சொல்றேன்.

(மீண்டும் அழைப்புமணியின் ஓசை. சதீஷ் கதவைத் திறக்கிறான். டேவிட் வருகிறான்.)

ஜூலியா: குட் ஈவனிங் டேவிட்.

கிரீஷ் கார்னாட்

டேவிட்: *(அவளைப் பார்க்காமலேயே)* குட் ஈவனிங், எப்படி இருக்கிங்க? . . .

சதீஷ்: குட் ஈவனிங். நல்லா இருக்கோம் . . .

டேவிட்: ரொம்ப தடபுடலா ட்ரெஸ் பண்ணியிருக்கிங்க. எங்களோடு வரீங்களா என்ன?

சதீஷ்: இல்லை. இன்னைக்கு ஜூலியாவுடைய பிறந்தநாள். அவளும் நானும் . . .

டேவிட்: ஓஹோ! அப்படியா? ஹேப்பி பர்த் டே. நாம எல்லோருமே ஏன் சேர்ந்து போகக்கூடாது? ம்? இப்படி செய்யலாமே. நான் உங்க எல்லோரையும் ஒரு ஆடம்பரமான பெரிய ரெஸ்டாரண்டுக்கு அழச்சிட்டு போறேன் . . .

ஜூலியா: தாங்க்யூ. ஆனால் வேணாம். நாங்க ஏற்கனவே வேற ஒரு ஏற்பாடு செஞ்சிட்டோம் . . .

டேவிட்: எங்கே? மோதி மகாலிலா?

சதீஷ்: குடிக்கறதுக்கு ஏதாவது வேணுமா?

டேவிட்: வேணாம், நேரமாயிட்டுது. (யாமினியிடம்) கிளம்பலாமா?

யாமினி: *(மெல்லிய குரலில்)* டேவிட் –

டேவிட்: என்னம்மா?

யாமினி: எப்படி சொல்றதுன்னு தெரியலை, ஆனால் – டேவிட்–

(சூழல் மாறத்தொடங்கியதும் டேவிட் இறுக்கமடைகிறான்.)

டேவிட்: ம்.?

யாமினி: நாம இன்னைக்கு போகவேணாம். நாளைக்கு போகலாமா?

டேவிட்: ஏன்? அவுங்ககூட போகப் போறியா?

யாமினி: இல்லை, இல்லை. அவர்களோடு இல்லை. அதனால, படத்துக்கு நாளைக்கு நாம போகலாமா?

டேவிட்: ஏன் நாளைக்கு? இன்னைக்கு போகறதுல என்ன தடை? நானும் இங்க இருக்கேன். நீயும் இங்க இருக்கே. அவுங்களும் அவுங்க வழியில கௌம்பிட்டாங்க.

யாமினி: நான் ஒரு தப்பு செஞ்சிட்டேன்...

(மௌனம்)

நான் ஏற்கனவே கௌதம்கிட்ட அவனோடு விண்டர் டேன்ஸ்க்கு வரேன்னு வாக்குறுதி கொடுத்திருந்தேன்.

டேவிட்: கௌ... – யார்?

யாமினி: கௌதம். எங்க நண்பர்.

டேவிட்: இந்தியன்!

யாமினி: ஆமாம். *(குழப்பத்தோடு)* கோபிச்சிக்காதே. ப்ளீஸ். இந்தப் படம் நாளைக்கும் இருக்குமில்லையா? நாளைக்கு போகலாம்.

டேவிட்: ஸாரி! நான்தான் முட்டாள்னு நெனைக்கிறேன். இன்னைக்கு ரொம்ப முக்கியமான நாள்னு நெனக்கறேன். உன் டேன்ஸ், இவுங்க பிறந்தநாள். உண்மையிலயே

முக்கியமான நாள்தான். அப்படின்னா, நேற்று நீ எனக்கு ஃபோன் செஞ்ச சமயத்துல இதெல்லாம் தெரியாதா?

யாமினி: தெரியும் டேவிட், தெரியும். நான் கௌதம்கிட்ட சரின்னு சொல்லி ஒன்றரை மாசத்துக்கும் மேல ஆயிட்டுது.

டேவிட்: அப்படின்னா, ஒத்துகிட்டது மறந்துபோச்சா?

யாமினி: *(பதில் சொல்லத் தெரியாமல்)...*

டேவிட்: அப்புறம், மறந்துபோனதெல்லாம் இப்பதான் நினைவுக்கு வந்ததா? திடீரென்று..?

யாமினி: இல்லை, சதீஷ்தான் ஞாபகப்படுத்தினான்.

டேவிட்: ஹா! சரி, சரி.! தன்னை ரொம்ப பெரிய புத்திசாலின்னு நெனச்சிகிட்டானா என்ன? நீ எனக்கு ஃபோன் பண்ணியபிறகு... _ எனக்கு என்ன வேற வேலையே இல்லைன்னு நெனச்சிகிட்டியா? அப்படியே உட்கார்ந்திருப்பது, மகாராணி அழைப்பு வருகிறவரைக்கும் அப்படியே தலைமுடிய தடவிக்கொண்டே நின்றிருப்பது, இன்னைக்கு வேணாம்னு கட்டளை இடப்பட்டதுமே, மறுபடியும் என் இடத்துக்கே போய்விடுவது...

யாமினி: அப்படி நினைச்சிக்காதே, ப்ளீஸ்.

டேவிட்: அப்புறம், எப்படி நினைச்சிக்கறது? ம்? இங்க பாரு. ஒரு விஷயத்தை புரிஞ்சிக்கோ. 'இருந்தா இருந்துட்டு போவட்டும்' ன்னு சொல்றதை கேட்டுக்கிற விஷயத்தையெல்லாம் என்னால சகிச்சிக்க முடியாது.

யாமினி: அப்படியெல்லாம் இல்லை.

டேவிட்: என்னைப் பார்த்து 'இருந்தா இருந்துட்டு போவுது விடு' ன்னு சொல்றதப்பற்றி நெனச்சிக்கிறதயே என்னால தாங்கிக்க முடியாது. வாசலிலேருந்து ஏதோ பிச்சைக்காரனை விரட்டியடிப்பதுபோல—

யாமினி: தப்பெல்லாம் என்னுடையதுதான் டேவிட். ஒத்துக்கறேன்.

டேவிட்: அப்படின்னா எல்லாத்தயும் சரிபண்ணிடலாம். நான் வந்துட்டேன். உன் இந்தியன் ஃப்ரெண்டுக்கு உண்மையான விஷயம் என்னன்னு சொல்லிடு. வா என்னோடு.

யாமினி: வேணாம், சொன்னா கேள்.

டேவிட்: வான்னு சொல்றேனில்லையா?

சதீஷ்: டேவிட், அவளுக்கு வர விருப்பமில்லைன்னு சொன்னபிறகு, இப்படி ... –

டேவிட்: நீ சும்மா இரு. உன்னிடம் நான் பேசவில்லை.

யாமினி: ப்ளீஸ், நீ போ டேவிட்.

டேவிட்: போன்னு சொல்றதுக்கு நான் ஒன்னும் தெருநாய் கிடையாது. புரியுதா? ஒழுங்கா கிளம்பி வா.

(அவள் தோளைப் பற்றி இழுக்கிறான். அவள் விடுவித்துக் கொள்ள முயற்சி செய்கிறாள்.)

சதீஷ்: *(நடுவில் புகுந்து)* டேவிட், அவள் தப்பை ஒத்துகிட்டா. அதுக்கப்புறமும் இப்படி ...

யாமினி: விடு என்னை.

டேவிட்: என்னை முட்டாளாக்கணும்ன்னு நெனச்சா, நான் அத கேட்டிட்டிருக்கணுமா? வா, கிளம்பு.

சதீஷ்: அவள் கையை விடு டேவிட்.

யாமினி: விடு என்னை.

(சதீஷ் நெருங்கிச் சென்று யாமினியின் தோள்மீதிருக்கும் டேவிடின் கையை விலக்க முயற்சி செய்கிறான்.)

சதீஷ்: விடுன்னு சொல்றேனே, கேக்கலையா?

(டேவிட் யாமினியை விட்டுவிட்டு, சதீஷின் வயிற்றில் ஓங்கிக் குத்துகிறான். சதீஷ் வலி தாளாமல் வயிற்றைப் பிடித்தபடி குனிந்தபோது, இடது கையால் அவனுடைய முகத்தில் குத்துகிறான். அடிகளால் நிலைகுலைந்த சதீஷ் தடுமாறிக் கொண்டிருக்கும்போதே, டேவிட் மறுபடியும் அவனை அடித்து தரையில் உருட்டிவிடுகிறான்.

யாமினி வேகமாக டேவிடைத் தடுக்க முயற்சி செய்கிறாள். அவனை அடிக்க முனைகிறாள். டேவிட் அவளுடைய கைகளிரண்டையும் உறுதியாகப் பிடித்து, சிரித்தபடி –)

டேவிட்: ஆஹா, பொம்பளைன்னா இப்படி இருக்கணும். அப்பதான் அருமையா இருக்கும்–

(ஜூலியா வெளியே ஓடிவருகிறாள். கீழே விழுந்திருந்த சதீஷைப் பார்த்து அவனைக் கவனிப்பதில் மும்முரமாக இருக்கிறாள்.)

அஞ்சும் மல்லிகை

ஜூலியா: சதீஷ்!

யாமினி: விடு என்னை! விடு, நாய், பன்றி.

ஜூலியா: *(டேவிட்மீது பாய்ந்து)* விடு அவளை –

(டேவிட் ஒரு கையாலேயே ஜூலியாவைப் பட்டென்று அறைந்து கீழே தள்ளுகிறான். சதீஷ் இருமியபடியே மேலே எழுந்திருக்கிறான். உதடு கிழிந்து வாயில் ரத்தம் வருகிறது.)

ஜூலியா: நீ இவளை விடலைன்னா நான் போலீஸை கூப்பிடுவேன்.

டேவிட்: கூப்பிடடி, நாயே.

(யாமினியை ஜூலியாமீது தள்ளிவிடுகிறான்.)

ஜூலியா: இங்கிருந்து வெளியே போ.

டேவிட்: வாயை மூடு. என்னைப் பிடிச்சி வெளியே தள்ளக்கூடிய ஆள் இந்த உலகத்திலேயே இன்னும் பிறக்கலை.

(பையிலிருந்து சீப்பை எடுத்து, தலைமுடியை வாரியபடி, ஜூலியாவிடம்)

உனக்கு ஒரு ஆம்பளை வேணும்ன்னா என்கிட்ட வா. அந்த கருப்பிகிட்ட கேள், சொல்வா.

(கிளம்பிச் செல்கிறான். யாமினி சதீஷிடம் ஓடுகிறாள்.)

யாமினி: ஐயோ கடவுளே, எப்படி இருக்கே சதீஷ்? வலிக்குதா? அந்த ராட்சசன்! தடியன்! இதெல்லாமே என் தப்பு. சதீஷ். என்னை மன்னிச்சிடு.

கிரீஷ் கார்னாட்

சதீஷ்: எனக்கு ஒன்னும் ஆகலை, விடு.

ஜூலியா: தண்ணி எடுத்துவரேன்.

(தண்ணீர் எடுத்துவருவதற்காக சமையலறைக்குள் செல்கிறாள்.)

யாமினி: *(வேகமாக)* எல்லாமே என் தப்பு சதீஷ். உன்னை கொலையே செய்திருப்பான் அந்த ராட்சசன்.! நான் ஏன் உயிரோடு இருக்கணும்? ஐயோ ...

சதீஷ்: சும்மா இரு. எனக்கு ஒன்னும் ஆகலை –

(யாமினி அமைதியடைகிறாள். ஆனால் அவள் உடல் நடுங்குகிறது. ஜூலியா தண்ணீரை எடுத்துவந்து சதீஷை பருகவைத்து, முகத்தைத் தடவிவிடுகிறாள்.)

சதீஷ்: *(சிரித்தபடி)* யாமினி, உன்னை பார்த்தால் இடும்பையைப் பார்க்கிறமாதிரி இருக்குது. போ, முகத்தைக் கழுவிக் கொண்டு வா.

(யாமினி எழுந்து குளியலறைக்குள் செல்கிறாள். சதீஷ் சிரித்தபடியே ஜூலியாவிடம்...)

ஹேப்பி பர்த் டே டார்லிங்.

(பாதி சிரிப்பு, பாதி அழுகையோடு காணப்படுகிறாள் ஜூலியா. அவனுடைய உதடுகளைத் துடைத்துவிட்டு –)

ஜூலியா: வலிக்குதா?

சதீஷ்: இல்லை.

(யாமினி வருகிறாள். முகம் வெளுத்திருக்கிறது. விரல்களை இறுக்கமாக மடக்கி கையை மூடியிருக்கிறாள். உதட்டைக் கடித்தபடி தனக்குத்தானே...)

யாமினி: நானே பாவி. அந்த கொடுமைக்காரன்! கொலைகாரன்!

(சதீஷ் அவளுக்கருகில் வந்து உட்கார்கிறான்.)

சதீஷ்: இங்க பார், நடந்ததையெல்லாம் மறந்துடு. இந்தக் கோலத்தில நீ டேன்ஸ் ப்ரோக்ராமுக்கு போவது சாத்திய மில்லை. நான் கௌதமிடம் ஃபோன் பண்ணி ஏதாவது காரணம் சொல்லறேன். நாம மூணுபேருமே ஒரு நல்ல ரெஸ்டாரெண்டுக்கு போய் சாப்புடலாம். *(சிரித்தபடி)* குடும்ப விருந்து.

ஜூலியா: ஆமாம், அப்படியே செய்யலாம்.

(சதீஷின் ஆடைகளைச் சரிசெய்கிறாள்.)

யாமினி: வேணாம்.

சதீஷ்: ஏன்?

யாமினி: வேணாம். அது தப்பு. இன்னைக்கு அவளுக்கு பிறந்தநாள். என்னாலதான் எல்லாமே வீணாப் போச்சி. இன்னும் இருக்கிற பொழுதும் வீணாயிடக்கூடாது...

ஜூலியா: சீ, அப்படியெல்லாம் சொல்லாதே.

யாமினி: நான் வரலை. என் பேச்சை கேளுங்க. நீங்க ரெண்டுபேரும் முதலிலே போட்டிருந்த திட்டப்படியே போங்க. நான் இங்கயே இருக்கேன்.

ஜூலியா: தனியாவா?

சதீஷ்: அதெல்லாம் முடியாது. நாங்க உன்னைவிட்டு போக மாட்டோம்.

யாமினி: அந்த ராட்சசன் என்னன்னு நினைச்சிட்டான்? அவன் விருப்பத்துக்கு நம்மையெல்லாம் காலாலே தேய்ச்சி நசுக்கிடலாம்ன்னு நெனச்சிகிட்டானா? சதீஷ், நான் கௌதமை இங்கயே வரவழைச்சிக்கறேன். அவன்கூட சேர்ந்து நடனத்துக்குப் போறேன், ஆமாம்.

சதீஷ்: வெரி குட்! அப்படின்னா –

யாமினி: ஆனால், நீங்க ரெண்டுபேரும் முதலில் கிளம்புங்க. *(வேகமாக)* சதீஷ், நீங்க ரெண்டுபேரும் சேர்ந்து என்னை குழந்தைமாதிரி நடத்தினிங்கன்னா –

சதீஷ்: சரி சரி. நாங்க ஒன்னும் சொல்லலை.

யாமினி: நீங்க கௌம்புங்க. நான் கௌதமுக்கு ஃபோன் செய்யறேன்.

சதீஷ்: சரி, வா ஜூலியா. பை!

யாமினி: என்னை மன்னிச்சிக்கோ ஜூலியா.

ஜூலியா: சீ, அப்படியெல்லாம் பேசவேணாம்.

யாமினி: பை.

(சதீஷும் ஜூலியாவும் கிளம்பிச் செல்கிறார்கள். சோபாவின்மீது அசைவில்லாமல் சிலைபோல உட்கார்ந்திருக் கிறாள் யாமினி. அவள் பார்வை, முதல் காட்சியில் ஹரீன்

சுவர்மீது ஒட்டிவைத்த அவளுடைய பெயிண்டிங் பக்கமாகச் செல்கிறது. யாமினி வெறுப்போடு தன் கைப்பையைத் திறக்கிறாள். கோபத்தோடு பைக்குள் தேடி, ஒரு பிளேடை எடுக்கிறாள். ஓடிச் சென்று பெயிண்டிங்மீது பிளேடால் கீறுகிறாள். திடீரென சத்தம்போட்டுக் கூச்சலிடுகிறாள். பிளேடை கீழே வீசியெறிந்துவிட்டு, வாய்க்குள் துணியை வைத்து அழுத்திக்கொள்கிறாள். ஆனாலும் அவள் சத்தம் நிற்பதில்லை. தரையில் விழுந்து, கைகால்களை உதைத்தபடி, வேகமாக அழத் தொடங்குகிறாள். தரையில் அடித்தபடி அழுகிறாள்.

அழைப்பு மணியின் சத்தம் கேட்கிறது.

யாமினி துள்ளியெழுந்து அச்சம் கொண்ட விலங்குபோல மூலையில் உடல் நடுங்க உட்கார்கிறாள். மீண்டும் மணியோசை கேட்கிறது. பிறகு கதவைத் தட்டும் ஓசை கேட்கிறது.)

யாமினி: *(பயந்துபோன குரலில், தனக்குள்ளாகவே)* போ! போ!

கௌதம்: *(கதவுக்கு மறுபுறத்திலிருந்து)* யாமினி! யாமினி!

காட்சி: ஆறு

(ஏறத்தாழ ஒருமணி நேரத்துக்குப் பிறகு. சுவரில் ஓவியம் கிழிந்த நிலையில் உள்ளது. கூடத்தில் ஜூலியா, கௌதம் பேச்சில்லாமல் நின்றிருக்கிறார்கள். கௌதம் 'டின்னர் ஜாக்கெட்' அணிந்திருக்கிறான்.

படுக்கையறையிலிருந்து டாக்டரும் சதீஷும் பேசிக்கொண்டு வெளியே வருகிறார்கள்.)

கிரீஷ் கார்னாட்

டாக்டர்: அவளுக்கு தூக்க ஊசி போட்டிருக்கேன். எதுக்கும் கவலைப்பட வேண்டிய அவசியம் இல்லை.

சதீஷ்: இப்ப என்ன செய்யறது டாக்டர்?

டாக்டர்: அவளுடைய மனநிலை மிகவும் மென்மையான நிலையிலிருக்கிறது. நீங்க கொஞ்ச நாளுக்காவது அவளை ராட்க்ளிப்ஃ ஹாலுக்கு அனுப்பிவைக்கறது ரொம்ப நல்லது,

ஜூலியா: கடவுளே!

டாக்டர்: *(புன்முறுவல் செய்தபடி –)* கடவுளை அழைக்கிற அளவுக்கு ஒன்னுமே ஆகலை.

ராட்க்ளிப் ஒன்னும் மனநல மருத்துவம் அல்ல. அவளுக்கு ஓய்வு முக்கியம். மனம் சோர்ந்து ரொம்ப துவண்டுபோய் இருக்குது. முதலில் அவருக்கு அதற்கு மருத்துவம் செய்யணும். அனுப்பத் தயாரா இருக்கிங்களா?

சதீஷ்: நீங்கள் சொன்னால் சரிதான் டாக்டர்.

டாக்டர்: ஃபோன் எங்க இருக்குது?

(ஃபோன் இருக்கும் பக்கமாகச் சென்றபடி)

அவளுக்கு இதுக்கு முன்னால இப்படி எப்பவாவது நடந்திருக்கா?

சதீஷ்: இல்லை.

டாக்டர்: தன்னுடன் கடவுள் பேசுகிறார்ங்கறமாதிரியான பிரமை – அதைப் பற்றி இதுக்கு முன்னால எப்பவாவது சொல்லியிருக்காளா?

சதீஷ்: ஒருதரம் எப்பவோ சொல்லியிருக்கா.

டாக்டர்: அப்பவே கொஞ்சம் கவனிச்சிருக்கணும்.

(ஃபோனில்)

ஹல்லொ ராட்க்ளிப்? நான் டாக்டர் ராபின்ஸன். டூட்டில யார் இருக்காங்க இப்ப? அவுங்களுக்கு லைன் கொடுக்கறிங்களா? ப்ளீஸ்.

ஹலோ, பால். நான் சைமன். ஒரு பேஷண்ட் இருக்காங்க. *(சிரித்தபடி)* அதேதான், எப்பவும் போலத்தான். நெர்வஸ் ப்ரேக்டௌன். பேர் யாமினி ராவ். யா . . . . ரா . . . வ். இந்தியன். இப்பவே அனுப்பிவைக்கறேன். தாங்க்ஸ்.

(ரிசீவரைக் கீழேவைத்தபடி)

வேற எதுவும் செய்யறதுக்கில்லை. எவ்வளவு சீக்கிரமா முடியுமோ, அவ்வளவு சீக்கிரமா நீங்க கிளம்புங்க.

சதீஷ்: தேங்க்யூ வெரிமச் டாக்டர்.

(டாக்டர் கிளம்பிச் செல்கிறார். சதீஷ் வாசல் கதவை மூடுகிறான். அமைதி.)

அவளுக்கு தூக்கம் வந்திருக்கணும். கார் வரைக்கும் தூக்கிக்கொண்டு போகணும் . . .

கௌதம்: நானும் இருக்கேன் அல்லவா?

சதீஷ்: நீ கஷ்டப்படவேணாம். உன் காலேஜ். நடனம் . . .

கௌதம்: டேன்ஸ் போனா போவுது ... நானும் ராட்க்ளிப் ஹாலுக்கு வரேன். உன் காரில இடம் இல்லைன்னா டாக்ஸி பிடிச்சிக்கலாம் ...

(ஜூலியா அலறிச் சத்தமெழுப்புகிறாள். சதீஷும் கௌதமும் படுக்கையறையின் பக்கமாகப் பார்க்கிறார்கள். கதவருகே யாமினி நின்றிருக்கிறாள்.)

ஜூலியா: யாமினி!

சதீஷ்: யாமினி, நீ எதுக்கு எழுந்தே? போ, போய் படு.

யாமினி: *(நின்ற இடத்திலேயே தள்ளாடியப்படி)* அந்தக் கருப்பு பிணவண்டி – நான் – அந்த கருப்பு பிணவண்டியில வரமாட்டேன் ... முடியாது ...

ஜூலியா: *(அவளை உள்ளே இழுக்க முயற்சி செய்தவளாக)* உள்ளே வா! வா.

யாமினி: என்னால முடியாது

சதீஷ்: பிணவண்டி? இது என்ன பேச்சு, பைத்தியம்போல. நாம் போவப் போவது நம்முடைய காரில. உனக்கு தெரியுமில்லவா, நம்ம கார். – பச்சை மாரிஸ் ...

யாமினி: *(துடுக்குத்தனமாக)* நீங்க எல்லாரும் சேர்ந்து என்னை எங்கே அனுப்ப திட்டமிட்டிருக்கிங்கன்னு எனக்கு தெரியும். பைத்தியக்கார ஆஸ்பத்திரிக்கு அல்லவா? எனக்கு கடவுள் சொல்லிட்டாரு. நான் அந்த கருப்பு பிணவண்டியில ...

ஜூலியா: யாமினி –

சதீஷ்: உனக்கு உடம்பு சரியில்லை. இப்பதான் டாக்டரு சொன்னார்.

யாமினி: நான் பைத்தியக்கார ஆஸ்பத்திருக்கு போய்த்தான் ஆவணு மின்னா டேவிடைக் கூப்பிடுங்கள். அவன் கடவுளுடைய குரலில் பேசுவான். கடவுள் டேவிடைப்போல பேசுவாரு, அவன் ஏமாத்தமாட்டான். நல்லா பார்த்துக்குவான் ...

(டேவிடின் பெயர் வந்ததுமே கௌதம் சதீஷ் பக்கமாக எதையோ கேட்க நினைப்பதுபோலப் பார்க்கிறான். சதீஷ் அவனுடைய பார்வையைத் தவிர்க்கிறான்.)

சதீஷ்: இப்ப டேவிட் வரமாட்டான். உனக்கே தெரியுமில்லையா?

யாமினி: *(வேகமாக)* கண்டிப்பா வருவான். வந்தே தீரணும்.

ஜூலியா: ஆனால், யாமினி, இந்த ராத்திரி வேளையில அவன் எங்கே இருப்பானோ என்னமோ?

யாமினி: அவன் வரும்வரைக்கும் நான் இங்கிருந்து நகரமுடியாது . . .

சதீஷ்: *(தோல்வியுணர்வோடு)* சரி, அவனையே கூப்பிடலாம்.

யாமினி: அவன் கிங்க்ஸ் ஆர்ம்ஸ் பப்புல உட்கார்ந்திருப்பான். எனக்கு தெரியும். ஆறு – ஐந்து – மூணு – நாலு – ஒன்பது.

(வேறு வழியில்லாதவனாக, சதீஷ் ஃபோனின் அருகில் செல்கிறான். எண்களைச் சுழற்றுகிறான். அமைதி.)

ஜூலியா: நீ போய் படுத்துக்கோ. சதீஷ் அவனை கண்டிப்பா கூப்புடுவான்.

யாமினி: ம்ஹூம்.

(எதுவும் புரியாமல் கௌதம் நடப்பதையெல்லாம் பார்த்தபடி இருக்கிறான்.)

சதீஷ்: ஹலோ, கிங்க்ஸ் ஆர்ம்ஸா? அங்கே மிஸ்டர் கர்க்கவுட் இருந்தா கூப்பிடறிங்களா? டேவிட் கர்க்கவுட் ...

ப்ளீஸ் ... *(நிறுத்தி)* யாரு? டேவிடா? நான் சதீஷ். – யாமினியின் தம்பி– *(சற்று நிறுத்தி)* ஐ ஆம் ஸாரி டேவிட். உனக்கு தொந்தரவு கொடுப்பதற்காக மன்னிக்கணும். ஆனால், யாமினிக்கு உடம்பு சரியில்லை. உன்னை கூப்பிடுகிறாள். *(நிறுத்தி)* ஆமாம் டேவிட், தப்பா நடந்துகிட்டோம். – மன்னிப்பு கேட்கிறோம். ...ங்க வந்தா எல்லாத்தயும் சொல்றேன். அவளை ராட்க்ளிஃப் ஹாலுக்கு அழச்சிட்டு போவணும். ஆமாமாம். ராட்க்ளிப் தான். *(நிறுத்தி)* நான் சொல்லி பார்த்தேன். ஆனால், உன்னைத் தவிர வேறு யார் கூடவும் வரமாட்டேன்னு சொல்லிட்டா:

(ஆழ்ந்த மௌனம். டேவிடின் பேச்சைக் கேட்கக் கேட்க சதீஷின் முகம் சிவக்கத் தொடங்குகிறது. நடுங்கும் குரலில் –)

ப்ளீஸ், டேவிட், கெஞ்சிக் கேட்டுக்கறேன். *(மறுமுனையில் சொல்லப்படுவதை உதடுகளைக் கடித்தபடி கேட்டுக் கொள்கிறான்.)* சரி, நான் சொல்லித்தான் ஆகணும்ன்னா சொல்றேன். என்ன சொல்லணும்?

(டேவிட் சொல்வதை திருப்பிச் சொல்வதுபோல)

நான் ... இந்தியக்குரங்கு. எல்லா இந்தியர்களும் – எல்லா கருப்பர்களும் – குரங்குகள், தேங்க்ஸ்.

(ரிசீவரை கீழே வைக்கிறான். யாமினி படுக்கையறைக்குள் செல்கிறாள். ஜூலியா வந்து சோபாவின்மீது உட்கார்கிறாள். கண்ணீர் பொங்கி வருகிறது.)

சதீஷ்: *(தனக்குத்தானே சொல்லிக்கொள்வதுபோலவும், அதே சமயத்தில் தெளிவாகவும்)* அவன் இன்னும் ஒரு அஞ்சி நிமிஷத்தில இங்க வருவானாம்.

கௌதம்: சதீஷ், யார் இந்த டேவிட்?

(பதில் இல்லை.)

அவனுக்காக நீ இப்படி மோசமான வார்த்தைகளைச் சொல்லணும்ன்னா, அவன் யாரோ பெரிய மனுஷனாதான் இருக்கணும், யார் அவன்?

சதீஷ்: எங்களுடைய நண்பன் ஒருவன்.

கௌதம்: அவனுக்கும் யாமினிக்கும் என்ன தொடர்பு?

ஜூலியா: *(அடங்கிய குரலில்)* கௌதம், சும்மா இரு.

கௌதம்: எப்ப இருந்து இது நடக்குது?

சதீஷ்: *(ஆர்வமற்றவனாக)* நினைவில்லை.

கௌதம்: அப்புறம் ஏன் என்னிடம் சொல்லவே இல்லை? யாமினியைப்பற்றி நான் என்ன நினைச்சிட்டிருக்கேன்னு உனக்குத் தெரியும். நான் உங்களையெல்லாம் நம்பி

கிரீஷ் கார்னாட்

உட்கார்ந்திருக்கேன். எனக்கு ஒரு வார்த்தை தெரியப் படுத்தியிருக்கலாம்...

சதீஷ்: *(கோபமாக)* என்ன தெரியப்படுத்தியிருக்கணும்? இங்க என்னென்ன விஷயங்கள் நடக்குதுங்கற செய்திகளை யெல்லாம் சொல்லிட்டிருக்கணுமா? நான் இப்படிலாம் பேசினேன் – ஜூலியா இப்படியெல்லாம் சொன்னா – ன்னு?

கௌதம்: *(வேதனையோடு)* உனக்கு அப்படித் தோணிச்சின்னா – சரி.

சதீஷ்: ஆமாம். அப்படித்தான் தோணுது.

ஜூலியா: சதீஷ்! கௌதம்! *(அமைதிப்படுத்தும் வகையில்)* கௌதம், சில விஷயங்களை வெளியில இருக்கிறவங்களோடு பகிர்ந்துக்கமுடியாது. கொஞ்சம்...

கௌதம்: *(மெதுவாக)* நான்... நான் உங்களில ஒருவன்னு நெனச்சிட்டிருந்தேன்...

(எழுந்திருக்கிறான்.)

நான் கிளம்புவதுதான் நல்லது.

(சதீஷ் கண்களை மூடி உட்கார்ந்திருக்கிறான். சதீஷின் கையைப் பற்றி ஜூலியா தன் கைக்குள் வைத்துக்கொண்டு, அவனுடைய தலையைத் தன் தோளில் சாய்த்துக்கொள்கிறாள்.

அழைப்பு மணியின் ஓசை.

கௌதம் எழுந்திருக்கவில்லை. ஜூலியா எழ முனைகிறாள்.

அஞ்சும் மல்லிகை

ஆனால், சதீஷ் அவளைத் தடுத்துவிட்டு தானே சென்று கதவைத் திறக்கிறான். டேவிட் உள்ளே வருகிறான்.)

டேவிட்: *(சிரித்தபடி)* கடைசியா அவள் என் கூடத்தான் வருவாள்னு நான் சொன்னேனில்லையா? எங்க இருக்காள் என் வாத்துக்கோழி. பேசிப்பேசிய மயக்கும் கைகாரி.

(சதீஷ் படுக்கையறையின் பக்கம் கையைக் காட்டுகிறான். டேவிட் வேகமாக நடந்து அறைக்குள் செல்கிறான். உள்ளிருந்து, உரத்த குரலில் அமைதிப்படுத்தும் உரையாடல் கேட்கிறது. டேவிடின் உரத்த சிரிப்பு. யாமினியின் களைப்புமிகுந்த வேதனை.

'ஹாஹா, என் பெண்ணே, எப்படியோ மறுபடியும் கிடைச்சிட்டயே –'

'டேவிட், என்னைவிட்டுப் போகாதே –'

'நான் எதற்காக உன்னை விடவேண்டும்?' போன்ற உரையாடல்கள்.

திகைப்போடு இவற்றையெல்லாம் கேட்டுக்கொண்டு நிற்கிறான் கௌதம்.)

ஜூலியா: கௌதம், போ ... போ ..!

(கௌதம் கிளம்பிச் செல்கிறான். யாமினியை தோளோடு சாய்த்த நிலையில் டேவிட் வெளியே வருகிறான். அவன் கழுத்தைச் சுற்றி கை போட்டுக்கொண்டு, அவன் மார்பில் சாய்ந்திருக்கிறாள் யாமினி.)

டேவிட்: நீ எதுக்கும் பயப்படவேணாம், என் செல்லமே. நான் இருக்கேனல்லவா?

(யாமினி அரைத்தூக்க நிலையிலேயே சிரித்தபடி, ஆமாம் என்று தலையசைக்கிறாள். சதீஷ் வாசல் கதவைத் திறக்கிறான். சிரித்தபடி யாமினியோடு உரையாடியபடி டேவிட் வெளியே செல்கிறான். சதீஷும் ஜூலியாவும் பேச்சே இல்லாமல், எந்திரத்தனமாக அவனுக்குப் பின்னாலேயே செல்கிறார்கள்.)

காட்சி: ஏழு

(ஏறத்தாழ ஒரு மணிநேரத்துக்குப் பிறகு.

ஜூலியா, சதீஷ் இருவரும்மட்டுமே உள்ளார்கள். யாமினியின் பெயிண்டிங்கை சுவரிலிருந்து கிழித்தெடுத்து, மடித்துச் சுருட்டுகிறாள் ஜூலியா. தரையில் விழுந்திருக்கும் துணுக்குகளை ஒவ்வொன்றாக எடுக்கிறாள்.)

ஜூலியா: உன் அம்மா அப்பாவுக்கு தெரியப்படுத்தணும் அல்லவா?

சதீஷ்: இப்பவே வேணாம். டாக்டர் என்ன சொல்றாருன்னு பார்ப்போம். ரெண்டு நாள் கழிச்சி ஃபோன்ல பேசறேன்.

ஜூலியா: நீ உடனடியா சொல்லலைன்னு அவுங்க கோபிச்சிக்க மாட்டாங்களா?

சதீஷ்: லைட்னிங் கால் கூட கெடைக்கலைன்னு சொல்லிட்டா போச்சி. இல்லைன்னா, அனுப்பின டெலிகிராம் எங்கயோ தவறிடுச்சின்னும் சொல்லிக்கலாம். அவுங்களும் வயசானவங்க. அவுங்களுக்கு அவுங்க வேலையே அதிகம். இன்னைக்கு சொன்னா என்ன? நாளைக்கு சொன்னா என்ன? ஒரு வித்தியாசமும் வரப்போவதில்லை.

ஜூலியா: *பாவம்.*

(அமைதி)

சதீஷ்: அவளுக்கும் எனக்கும் வெறும் நாலு வயதுதான் வித்தியாசம். ஆனால், என்னை அவள்தான் பார்த்துகிட்டா. சின்ன வயசுப் பொண்ணா இருந்தாலும்கூட வீட்டைக் கவனிச்சிக்கிற பொறுப்பும் அவள் கையிலதான் இருந்தது. *(நிறுத்தி)* இப்ப நினைச்சி பார்த்தா நம்பவே முடியலை...

ஜூலியா: அவளுடைய நிலைமையை என்னால புரிஞ்சிக்கமுடியுது சதீஷ். நானும் அதை அனுபவிச்சிருக்கேன். ரெண்டு வருஷத்துக்கு முன்னால, இந்த ஊருக்கு வருவதற்கு முன்னாலயே என்னுடைய கல்யாணம் நடக்கறதா இருந்தது. ரொம்ப நல்ல பையன். ஒரு வருஷம் ஒன்னா சுத்திட்டிருந்தோம். ஆனால், கல்யாணத்துக்கு இன்னும் எட்டு நாள்தான் பாக்கின்னு இருக்கிற சமயத்தில அவனுடைய வாழ்க்கையின் இன்னொரு பக்கத்தைப்பற்றிய தகவல் கிடைச்சிது. வேசியர்கள், மாலிஷ் பெண்கள்... .ளைஞர்கள்! நான் சுத்தமா நிலைகுலைஞ்சி போயிட்டேன். அதுக்குப் பிறகு, ஆளுங்களை பார்த்தாலேயே பயம் வர ஆரம்பிச்சிட்டுது. இதுல என்ன வேடிக்கையான விஷய்ம்ன்னா, இதெல்லாம் நடந்தபிறகு கூட, பல மாசங்கள் அவனைப்பற்றிய ஞாபகம் வந்தாலேயே, ஆசை பொங்கி வரும். அவன் இல்லாம வாழமுடியாதுன்னு தோணிட்டுது. இன்னும்கூட அவன் எனக்கு பிரியமானவன்தான்!

(மௌனம்)

கிரீஷ் கார்னாட்

இந்த ஊருல வேலை கிடைச்சிது. பொழைச்சிகிட்டேன். உன்னையும் யாமினியையும் தவிர எனக்கு என்னுடைய வங்கன்னு சொல்லிக்க யாரும் இல்லை.

(சதீஷின் அருகில் வந்து)

சதீஷ், நீயும் என்னை நெருங்கிவந்து ரொம்ப நாளாயிட்டுது. ஏன்?

(பதில் இல்லை.)

அன்னைக்கு நாம வீக் எண்டுக்காக அலைஞ்சி திரிஞ்சிட்டு வந்தோமே, அதுதான் நீ என்னை கடைசிதரமா தொட்டது.

(அவன் தோள்மீது கைவைத்து)

ப்ளீஸ் சதீஷ், கேட்டுட்டிருக்கே அல்லவா? ஆனால், இன்னைக்கு பயமா இருக்குது. இன்னைக்கு நீ கொடுக்கிற தைரியம் வேணும்...

(அவன் கற்சிலையைப் போல உட்கார்ந்திருக்கிறான்.)

சதீஷ்...

சதீஷ்: *(மெதுவாக)* ஜூலியா, நாம ரெண்டு பேரும் கல்யாணம் செஞ்சிக்கலாமா?

ஜூலியா: *(அவனைத் தழுவியபடி)* சதீஷ், ப்ளீஸ்...

சதீஷ்: என்னுடைய... *(தடுமாறியபடி)* இந்த நிலைமையிலயும் நீ தயாரா இருக்கிறாயா?

ஜூலியா: இது? இது போயிடும். எனக்குத் தெரியும்...

சதீஷ்: *அடுத்த வாரம்?*

ஜூலியா: இவ்வளவு சீக்கிரமாவா? ஆனால்... யாமினி?

சதீஷ்: அதற்குள்ளே அவளுடைய உடல்நிலை சீரடைஞ்சிட்டா சரி, அவளும் வந்து கலந்துக்குவா. இல்லைன்னா இல்லை. ஆனால்... கல்யாணத்தை இன்னும் தள்ளித்தள்ளிப் போட்டா, அப்புறம் என்னாகுமோ ஏதாகுமோன்னு எனக்கு பயம் வர ஆரம்பிச்சிட்டுது...

ஜூலியா: சும்மா இரு. என்னைப்போன்ற ஆளுங்களுக்குத்தான் பயம். நீயே இப்படி பயத்தைப்பற்றி பேச ஆரம்பிச்சிட்டா, என்னுடைய நிலைமை என்ன ஆவறது?... சரி சதீஷ், சரி.

காட்சி: எட்டு

(மாலை வேளை. ஜன்னல் திரை மூடியிருக்கிறது. வீட்டில் ஒரு குடும்பம் குடியேறியிருக்கும் களை தெரிகிறது. பூச்சாடியில் பூக்கள், சுவர்மீது புதிய படம். ஜன்னலில் புதிய திரை.)

(ஜூலியா, கௌதம்)

ஜூலியா: இங்கிருந்தபடியே நாம எல்லோரும் ஒன்னா சர்ச்சுக்கு போகறது, பெட்ரீஷியா நேரா அங்கயே வருவதுன்னு ஏற்கனவே தீர்மானிச்ச விஷயம். அதுக்காகத்தான் ஹெர்ரி இங்கயே வந்தான். இதோ கௌம்பவேண்டியதுதான் பாக்கிங்கற சமயத்துல, பெட்ரீஷியா ஃபோன் பண்ணினாள். கௌம்பாதீங்க, நானும் வந்துடறேன்னு சொன்னா. ஏன்னு சொல்லலை. சர்ச்சுக்கு வரவேண்டியவ இங்க ஏன் வராள்?

ஹரீனுடைய நிலைமைதான் பாவம். பார்த்துட்டிருந்தான் அல்லவா?

கௌதம்: *(சிரித்தபடி)* ஓ, என்னால இமாஜின் செய்யமுடியுது.!

ஜூலியா: பெட்ரேஷியா இங்கயே வந்துட்டாள். கல்யாணப் பெண்ணுக்குரிய உடைகளை அணிந்துகொண்டே வந்திருந்தாள். அவள் சர்ச்சுக்கு போயிட்டிருக்கிற வழியில, அவுங்க குடும்பத்துக்கு பழக்கப்பட்ட வயதான ஒரு தம்பதியை சந்திச்சாளாம். கார நிறுத்தி, அவுங்ககிட்டயும், கல்யாணத்துக்கு வரீங்களான்னு கேட்டதுக்கு, அவுங்க 'சீ ...சீ ...' இப்படி ரகசியமா கல்யாணம் செஞ்சிகிட்டு உன் அப்பா அம்மாவுக்கு அவமானத்த தேடிவைக்காதேன்னு அறிவுரை செஞ்சாங்களாம். அவளுக்கு அது சரின்னு தோணிச்சாம். உடனே, இங்க வந்து 'நாம இன்னைக்கு கல்யாணம் செய்துக்கவேணாம்' ன்னு பிடிவாதமா நின்னுட்டா.

கௌதம்: நல்ல ஸ்லாப்ஸ்டேக் காமெடிமாதிரி இருக்குது.

ஜூலியா: ஹெர்ரே மேலயும் கீழயுமா குதிச்சான். கூச்சல் போட்டான். அப்புறமா பெட்ரீஷியா சொல்றது சரியான விஷயம்ன்னு சதீஷ்தான் அவனிடம் எடுத்துச் சொன்னான். அதனால, கல்யாணத்துக்குப் பதிலாக இங்கயே ஒரு சின்ன பார்ட்டி நடந்தது. எப்படிப்பட்ட பார்ட்டி தெரியுமா? அந்தப் பக்கமா ஹெர்ரே குர்குர்னு முரட்டுத் தனமா பேசறது. இந்தப் பக்கமா அவ நொய்நொய்னு அழுதுட்டிருந்தா ...

அஞ்சும் மல்லிகை

கௌதம்: அப்புறம் மணமகனும் மணமகளும் ரெண்டுபேரும் அலங்காரம் செஞ்சிகிட்டு *(சிரித்தபடி)* இந்த கேக் மேல வச்சிருப்பாங்களே, அந்த பொம்மைஜோடிபோல ... உண்மையிலயே அந்த நாடகத்தை பார்க்கிற வாய்ப்பை நான் தவறவிட்டுட்டேன் ...

ஜூலியா: அது சரி, நீ ஏன் வரலை? நீ வருவாய்ன்னு நாங்க எல்லோரும் –

கௌதம்: என்னிடமிருந்து ஏற்கனவே கடன் வாங்கிட்டு போன பதினஞ்சி பவுண்ட் பணத்த இன்னும் அவன் திருப்பித் தரலை. மறுபடியும் கல்யாணச் செலவுக்குன்னும் இன்னும் கொஞ்சம் பணம் கடனா கேட்டுடுவானோன்னு பயமா இருந்திச்சி.! *(அடங்கிய குரலில்)* 'பணத்தைப்போல ஒரு சின்ன விஷயம் நம்ம நட்புக்கு இடைஞ்சலா குறுக்கில வந்துடக்கூடாது அல்லவா!' எப்படியோ, கதை இத்துடன் முடிஞ்சிது.

ஜூலியா: இல்லை, முடியலை.

கௌதம்: இன்னும் இன்ஸ்டால்மெண்ட் பாக்கி இருக்குதா?

ஜூலியா: கல்யாணத்துக்கு மாப்பிள்ளையும் பொண்ணும் வரலையேன்னு சர்ச்சு ஃபாதர்க்கு ஆச்சரியமாய்ட்டுது. ரெண்டு பேரயும் வரவழச்சி பேசினாரு.

கௌதம்: அப்புறம் என்ன நடந்ததுங்கறதயெல்லாம் சொல்ல வேணாம். நானே ஊகித்துக்கொள்வேன்!

ஜூலியா: அந்த ஃபாதர் ஹெர்ரேயுடைய ஆளுமையை ரொம்பவும் பாராட்டினாரு. உன் அம்மா அப்பாவுக்கு

நானே விஷயத்தை அப்புறமா தெரியப்படுத்தறேன், நீங்க கல்யாணம் செஞ்சிக்குங்கன்னு சொன்னாராம்..

கௌதம்: *(அடங்கிய நடிப்புக்குரலில்)* 'மிஸ் பாமர் ஜோன்ஸ், உன்னுடைய இந்த மணமகன் இந்தியனே கிடையாது, அவன் சுத்தமான ஒரு ஜெண்டில்மென்!'

ஜூலியா: அடுத்த வெள்ளிக்கிழமை கல்யாணம்ன்னு முடிவாயிருக்குது ...

கௌதம்: அதுக்குள்ளே ஹெர்ரேயின் மனசு மாறிடும், பாத்துகிட்டே இரு. இதெல்லாமே தானே தன்னுடைய புத்திசாலித்தனத்தால சாதிச்ச வெற்றின்னு நம்பத் தொடங்கிடுவான்.

(அந்த சமயத்தில் யாமினி கதவருகே வந்து நிற்கிறாள்.)

யாமினி: நீங்க எவ்வளவு வேணும்னாலும் கிண்டல் பண்ணுங்க. ஆனால், எனக்குத் தெரிஞ்ச அளவுக்கு தன்னுடைய எல்லா கனவுகளையும் நனவாக்கிக்கொண்ட ஒரே ஒரு ஆள் ஹரீன் மட்டும்தான்.

கௌதம்: *(எழுந்து, தொலைவிலிருந்தபடியே)* வா யாமினி. வெல்கம் பேக். எப்படி இருக்கிறாய்?

யாமினி: இருக்கேன். ஆனால் உன்னைப்பற்றித்தான் ஒரே செய்தியா இருக்குது. பி.ஃபில். பாதியிலயே விட்டுட்டியாம், ஏன்?

கௌதம்: நான் பி.ஃபில். முடிக்காம இருக்கறதால, பொருளா தாரத்துக்கு ஒரு இழப்பும் இல்லைன்னு புரிஞ்சிது. விட்டுட் டேன். அதை சொல்லிட்டு போவலாம்ன்னுதான் வந்தேன். இன்னும் ரெண்டு நாளில் இந்தியாவுக்கு கிளம்பப் போறேன்.

யாமினி: இப்படி ஒரு பக்குவம் எனக்கும் கைகூடி வந்தா, எனக்குள்ளும் கலையார்வம் பொங்கிவருமோ என்னமோ.

ஜூலியா: எது வசப்பட்டாலும் சரி, எனக்கும் கலைக்கும் ஒத்துவராது.

யாமினி: எனக்கு மட்டும் என்ன வாழுது? ஆனாலும் திண்டாடிகிட்டிருக்கேன்.

கௌதம்: இன்னும் ரெண்டு நாளில இந்தியாவுக்கு கிளம்பிடுவேன்.

யாமினி: இந்தியா? வர்ல்ட் பேங்க் என்னாச்சி?

(கௌதம் சிரித்தபடி தோள்களைக் குலுக்குகிறான்.)

இந்தியாவுக்குப் போய் என்ன செய்யப்போறே?

கௌதம்: இந்தியர்கள் எல்லோரும் பெருச்சாளிகளைப்போல இந்தியாவை விட்டு வெளியேறிட்டிருக்காங்க. இன்னும் சில வருஷங்களி, இந்தியர்கள்னு சொல்லிக்கற ஆட்கள், இந்தியாவுக்கு வெளியே மட்டும் பார்க்கக்கூடிய ஆளா இருப்பாங்க. அப்படிப்பட்ட நிலைமை உருவாவதற்கு முன்பாகவே, 'வெளிநாட்டுலேருந்து வந்தவன்'ங்கற ஒரு பட்டப்பேரோடு போய் சேரலாம்ங்கற ஆசைதான் காரணம். இன்னும் பேக்கிங் வேலைலாம் முடியலை. பை –

(இருவருடைய கன்னத்திலும் முத்தமிட்டுவிட்டு விடைபெற்றுச் செல்கிறான் கௌதம். ஆழ்ந்த மௌனம்.)

யாமினி: என்னைப்பற்றிய ஏமாற்ற உணர்வு கௌதமுக்கு வருவதற்குக் காரணம், கண்டிப்பா டேவிட் அல்ல. அப்படி ஏதாவது ஆகியிருந்தாலும் அவன் அதை பொருட்படுத்திருக்கமாட்டான். நான் அவனுக்கு நம்பிக்கைத் துரோகம் செஞ்சிட்டேன்னு அவனுக்குத் தோணுவதற்கு முக்கியமான காரணம் என்னுடைய இந்த நெர்வெஸ் ப்ரேக்டௌன். என்னுடைய இந்த பலவீனத்தைப் பார்த்து ரொம்ப பயந்துபோயிட்டான். அவனுக்கு தேவையா இருப்பதெல்லாம் ஒரு ஆரியப்பெண். எந்த விரிசலும் ஒடுக்கும் இல்லாத கனகச்சிதமான குடும்பப்பெண்.

ஜூலியா: எனக்கு என்னமோ அப்படித் தோன்றவில்லை, யாமினி. நீ ஒரு சின்ன குறிப்பு காட்டியிருந்தால் போதும், அவன் இங்கேயே தங்கிவிட்டிருப்பான் ...

யாமினி: அவன் கண்களில் நீ பார்க்கவில்லையா? ஒரே கேள்வி: *'மனநல மருத்துவமனையில் ஏன் சேர்ந்தாய்? ஏன்?'*

ஜூலியா: இப்போது அந்தக் கேள்வி வேணாம், விடு. கொஞ்சம் ஓய்வு எடுத்துக்கொள்.

யாமினி: ஓய்வா? இத்தனை வாரங்கள் ஓய்வைத் தவிர வேறென்ன இருந்தது? அரட்டையடிப்பதற்குக்கூட யாரு இருந்தாங்க? பாவம், அந்தக் கடவுளொருவரைத் தவிர ...

(எதையோ சொல்வதற்காக ஜூலியா முனைவதற்குள் ...)

நான் ஆஸ்பத்திரிக்குப் போய் சேர்ந்தபிறகு, சரியா ஒரு மாசம் வரைக்கும் கடவுள் என்னோடு பேசிட்டிருந்தாரு. குரல்மட்டுமே டேவிடுக்குச் சொந்தமானது. 'ஒருவரோ, ரெண்டுபேரோ அல்ல, எங்களுக்கு முப்பத்துமூன்று கோடி கடவுள்கள் இருக்கிறாங்க. நீ எந்த சுடுகாட்டுக் கடவுள், சொல்லு?' ன்னு ஒரு தரம் கோபத்துல கேட்டேன். கடவுள் சிரிச்சாரு. 'சுடுகாடுன்னு சொல்றது சரிதான், நான் எமதர்மராஜன்' னு பதில் வந்தது.

ஜூலியா: யாமினி –

யாமினி: கொஞ்சம் இரு, சொல்றேன் கேளு. 'எந்தக் கடவுளா இருந்தாலும் சமஸ்கிருதம் பேசணும், நீ யார் இங்கிலீஷ் பேசற கடவுள்?' னு கேட்டேன். அதுக்கு என்ன பதில் கிடைச்சது தெரியுமா? 'நானும் உன்னோடவே ஏழு சமுத்திரம் தாண்டி வந்துட்டேன்!' னு பதில் கிடைச்சிது.

(சிரிக்கிறாள். ஜூலியா சிரிக்க முயற்சி செய்கிறாள்.)

அதை இப்ப நினைச்சிக்கிட்டா, சிரிப்பு வருதுங்கறது சரி. ஆனால் அப்போ அந்தக் கடவுள், நீ உக்கார்ந்திருக்கியே, அந்த அளவுக்கு நெருக்கமா பக்கத்தில நின்னு பேசறமாதிரி இருந்தது. *(மூச்சுவிட்டு)* போகட்டும். நடந்ததெல்லாம் நடந்ததாகவே இருக்கட்டும். இப்ப கொதிப்பு அடங்கனமாதிரி இருக்குது. இந்த அளவோடு இங்கிலாந்து வாசம் போதும். இனிமேல் இந்தியாவுக்குப் போறேன். அம்மா அப்பா ஆதரவுல சந்தோஷமா இருப்பேன். எங்களுடைய விசாலமான வீட்டில் போதுமான அளவு

ஓய்வெடுத்துக்குவேன். சதீஷ் அந்த வீட்டைப்பற்றி உன்னிடம் சொல்லியிருப்பான், அல்லவா?

ஜூலியா: சொல்லியிருக்கலாம். *(சிரித்தபடி)* எனக்கு ஞாபகத்துல எதுவுமே தங்கறதில்லை.

யாமினி: பெரிய வீடு. பழைய வீடு. கொலோனியல் டைப் பங்களா. முன்பக்கத்தில தூண்கள். மாடங்கள். போர்டிகோ. அந்தக் காலத்துல இங்கிலீஷ்காரங்களைப்போலவே இருப்பதுதான் 'மாடர்ன்' னு நெனச்சிட்டிங்களோ என்னமோ! குன்றுக்கு பக்கவாட்டில வீடு. எதிர்ப்புறத்துல சின்னச்சின்னதா நடைபாதைகள். நாங்க சின்ன பிள்ளையா இருந்தப்போ, அது மண்பாதையா இருந்தது. செம்மண் பாதை. மழைக்காலத்துல வேகமா மழை பொழிஞ்சா போதும். ரத்த ஆறு ஓடறமாதிரி இருக்கும். இப்ப தார்ச்சாலை போட்டிருக்காங்க. வாசலிலே அரளிச்செடி, எலுமிச்சை மரம், நாவல்மரம், செண்பகமரம், கொஞ்சம் இரு, காட்டறேன்.

(ஓடிச்சென்று படுக்கையறையிலிருந்து கைப்பையைக் கொண்டுவருகிறாள். அதிலிருந்து புகைப்படமொன்றை எடுத்து ஜூலியாவிடம் காட்டுகிறாள்.)

பழைய வீடு! பழைய ஃபோட்டோ!

ஜூலியா: அடுத்துவரக்கூடிய குளிர்கால சமயத்துல நாங்க இந்தியாவுக்கு போவலாம்ன்னு நினைச்சிட்டிருக்கோம்...

யாமினி: அப்ப நீயே நேருல பார்ப்பாய். அந்த வீட்டுல எல்லாமே இருக்குது. இல்லைன்னு சொன்னா, அது குழந்தைகள்மட்டுமே. நீயும் சதீஷும் அந்த வீடு முழுக்க விளையாடறமாதிரி பிள்ளைகளைப் பெற்றுத் தரணும்...

ஜூலியா: இவ்வளவு சீக்கிரமாவா? நாங்க –

யாமினி: எவ்வளவு சீக்கிரம் முடியுமோ, அவ்வளவு சீக்கிரமா! அம்மாவும் அப்பாவும் தங்கமான மனிதர்கள். அவுங்க புண்ணியத்தாலதான் உன்னைப்போன்ற மருமகள் கிடைச்சிருக்கா. அந்த வீட்டுக்கு புது ரத்தம் வேண்டும்.

ஜூலியா: தேங்க் யூ யாமினி.

யாமினி: பழைய வீடு. அதுக்குள்ளே, அடர்த்தியான இருட்டுதான் அடங்கியிருக்குது. அந்த இருட்டைப் போக்குவதற்காவது குழந்தைகள் வேணும்...

ஜூலியா: இப்ப எதுக்கு அந்தப் பேச்சு?

யாமினி: இளமை ஒரு வியாதி. புண்ணியம் செஞ்சவங்க சில பேரு இருக்காங்க, அவுங்களுக்கு அது சீக்கிரமா குணமாயிடுது. தப்பிச்சிடறாங்க. என்னைப்போல இருக்கறவங்களுக்கு மட்டும் அது அப்படியே இருக்குது. அழுகிப்போகுது. சீழ் புடிச்சிக்குது.

ஜூலியா: நீ இன்னைக்குத்தான் வந்திருக்கிறாய். இப்படிப்பட்ட பேச்செல்லாம் வேணாம். சும்மா இங்கயே உட்கார்ந்திருக்கறதைவிட கடைத்தெரு பக்கமா போய் சுத்திட்டு வரலாமா?

(கைப்பையை எடுத்துக்கொண்டு புறப்படுகிறாள்.)

யாமினி: வேணாம். அந்த ஆஸ்பத்திரியில பேச்சுத்தொணைக்கு கடவுள் இருந்தாரு. ஆனா மனிதர்கள்தான் இருந்ததே இல்லை. *(சட்டென)* என்னால உங்க புது மணவாழ்க்கைக்கு தொந்தரவு உண்டாகிவிட்டது, இல்லையா?

ஜூலியா: சீச்சீ...

யாமினி: அதாவது என்னுடைய இந்த பைத்தியம், டேவிட், கடவுள்!

(ஜூலியாவுக்கு என்ன பதில் சொல்வதென்று புரியவில்லை.)

நீங்க ரெண்டுபேரும், உங்களுக்குள்ளே உங்க எல்லா ரகசியங்களப்பற்றியும் பேசிப் பகிர்ந்துட்டிருப்பீங்க, இல்லையா?

ஜூலியா: நான் சொல்லிட்டேன். எவ்வளவோ மாதங்கள் சொல்லாமலேயே இருந்தேன். அப்புறமா, கல்யாணத்துக்கு முன்னால ஒரு நாள், சட்டென நினைவில் இருந்ததையெல்லாம் சொல்லிட்டேன்.

யாமினி: அப்புறம் சதீஷ்?

ஜூலியா: அவனிடம் ஏது ரகசியம்? அவனைப்போல ஒரு அற்புதமான மனிதனை நான் பார்த்ததே இல்லை...

யாமினி: ஓ!

ஜூலியா: ஏன்?

அஞ்சும் மல்லிகை

யாமினி: ஒன்னுமில்லை. எங்க வீட்டப்பற்றிய பேச்சையே அவன் பேசலைன்னு சொன்னியே, அதை நினைச்சி கிட்டேன்.

ஜூலியா: அவன் சொல்லியிருக்கலாம். எனக்கு நினைவில்லை. அவ்வளவுதான். ஆனால் அதற்கும் இதற்கும் என்ன சம்பந்தம்?

யாமினி: *(நிலைகொள்ளாமல்)* நான் சொல்லக்கூடாது. அவனே சொல்லட்டும். கண்டிப்பாகச் சொல்வான். ஒருவேளை, நான் இந்தியாவுக்குப் போன பிறகு சொல்லக்கூடும்... ஆனால் – ஆனால் என்னைப்பற்றியாவது சொல்லியிருந்திருக்க வேண்டும். நீ இப்போ எங்க பக்கத்து ஆள் அல்லவா. உனக்குத் தெரிந்திருக்கவேண்டும்.

ஜூலியா: *(சிரித்தபடி)* அவன் சொல்லாட்டா என்ன? நீயே சொல்லு.

யாமினி: சொல்லக்கூடாதுன்னு ஒன்னுமில்லை. எல்லாம் கடைசி நேரத்துல ஆகக்கூடியதுதான்...

ஜூலியா: என்ன?

(பதில் இல்லை. யாமினி நிலைகுலைந்தவளாக கைப்பையைப் பார்த்தபடி பேசுகிறாள்.)

யாமினி: சதீஷ் எந்த அளவுக்கு 'இங்கிலீஷ்' மயமாகிட்டான் பாரு. மனைவியிடம் கூட ரகசியம்! சீ. இந்தியக் குடும்பங்களில் மூடி மறைப்பதுங்கற பேச்சுக்கே இடமில்லை.

கிரீஷ் கார்னாட்

எல்லோருக்கும் எல்லா ரகசியங்களும் தெரிஞ்சிருக்கும்... எல்லாமே வெளிப்படையாகவே இருக்கும். வெளியேயிருந்து ஒரு பெண்ணை அழைத்துக்கொள்ளும்போது அவளும் குடும்பத்தினுடைய ஒரு பகுதியா மாறணும். ரகசியங்களிலும் பங்கெடுத்துக்கணும். அவளோடேயே எதற்கு கண்ணாமூச்சி ஆடணும்? நம்முடைய பண்பாட்டைத் தவிர, ஆங்கிலக் குடும்பங்களில் அப்படி நடக்கிறதா என்ன?

ஜூலியா: *(சிரித்தபடி)* எனக்குத் தெரியாது ...னக்கு இங்கிலீஷ் கணவனின் அனுபவமே கிடையாது.

(மௌனம்)

எல்லா இடங்களிலும் நடப்பதே நடக்கிறதென்றால், சொல்வதில் என்ன இருக்கிறது?

யாமினி: நான் சொல்வதற்கும் அவனே சொல்வதற்கும் வித்தியாசம் இருக்கிறது. அவன் உன் கணவன்.

(ஜூலியா யாமினியின் அருகில் வந்து உட்கார்கிறாள்.)

ஜூலியா: இருக்கலாம். ஆனால், இங்க பாரு. அவனை விரும்பும் அளவுக்கே நான் உன்னையும் விரும்புகிறேன். நீயும் என்னிடம் சொல்ல நினைப்பதையெல்லாம் திறந்த மனத்தோடு சொல்லலாம்.

(மௌனம்)

யாமினி: இந்த என் வேதனை – இது தொடங்கிய காலகட்டம் – எனக்கு இன்னும் ஞாபகமிருக்கிறது. *(நிறுத்தி)* அந்தப்

பெரிய வீடு. வீட்டுக்குள்ளே நாங்க நாலு பேரு மட்டும்தான். வீடுமுழுக்க வெறுமை – வெறுமை. எதிரே இருந்த தோட்டத்தைப் பார்த்துக்கொள்ளவும் யாரும் இல்லை. ஒரே தூசு. இலைகள். கிளைகள். அங்கதான் நான் இருந்தேன். சதீஷும் இருந்தான். எல்லாமே எங்கள் ராஜ்ஜியம்தான். ஒருநாள் மதிய வேளையில ஒரு மரத்துமேல ஏறி உட்கார்ந்திருந்தோம். திடீர்னு வேகமா காத்து வீச ஆரம்பிச்சிது. நாங்க சட்டென குதித்து, தரையைத் தொடுவதற்குள் எல்லாப் பக்கத்திலயும் அடைமழை பொழிய ஆரம்பிச்சிட்டுது. ஆலங்கட்டி மழை. வீடு போய் சேர்வதற்குள் முழுக்கமுழுக்க நனைஞ்சிட்டோம். நான் போய் துணிமாற்றிக்கொண்டேன். கம்பளியை போர்த்திகிட்டு படுத்துகிட்டேன். சதீஷும் ‘குளிருது குளிருது’ன்னு சொல்லிகிட்டே வந்து கம்பளிக்குள்ளே புகுந்துகிட்டான். வெளியே ஒரே மேகத்தோடு மேகம் மோதுகிற இடிச் சத்தம். வீட்டினுடைய ஓட்டின்மீது ஆலங்கட்டி மழை விழுந்து துண்டுதுண்டாக உடைந்தது. நான் கண்களை மூடிக்கொண்டு அவனை இறுக்கமாக கட்டிப் பிடித்துக்கொண்டேன்.

(நிறுத்தி)

எனக்கு அப்போது பதினேழு வயது. அவனுக்கு இன்னும் பதின்மூன்று வயதும் முடியவில்லை. நாங்கள் என்ன செய்கிறோம் என்பதே எங்களுக்குப் புரியவில்லை. அப்புறம்... அப்புறம் நான்கு வருஷங்கள்... அப்படியே தொடர்ந்தது...

(நிறுத்தி)

ஒருவேளை, இது எல்லா அக்கா தம்பிகளிடையேயும் நடக்கிற விஷயமாக இருக்கும். உனக்கு அண்ணனோ தம்பியோ இல்லை. அதனால் தெரியவில்லை. நான்கு வருஷ காலம், நாங்கள் இருவரும் மட்டுமே...

(நிறுத்தி)

மெதுமெதுவாக நடப்பது என்ன என்பது எனக்குப் புரியத் தொடங்கியது. சிற்சில சமயங்களில் நான் ஒரு பெரிய பாவி என்று தோன்றியது. ஆனால், அவன் இன்னும் சின்ன பையன், அப்பாவி, அவனுக்கு எதுவும் தெரியாது என்றெல்லாம் நினைத்து அமைதிப்படுத்திக்கொண்டேன்.

(சட்டென எழுந்து)

எனக்கு கொஞ்சம் ஜின் வேணும். எடுத்துக்கலாமா? எடுத்துக்கக்கூடாதுன்னு டாக்டர் ஒன்னும் சொல்லலை. உன்னிடம்?

(ஜூலியா அவளையே பார்த்தபடி உட்கார்ந்திருக்கிறாள். பதில் சொல்வதில்லை. யாமினி இரண்டு கோப்பைகளில் ஜின் ஊற்றுகிறாள்.)

எலுமிச்சைச்சாறு எங்கே? ஓ! உனக்கு டானிக் அல்லவா?

(ஒரு கோப்பையில் எலுமிச்சைச்சாறும் இன்னொரு கோப்பையில் டானிக்கையும் ஊற்றுகிறாள்.)

உனக்கு இதெல்லாம் தப்புன்னு தோணலாம். ஆனால், என்னைப் பொறுத்தவரையில் அந்த நான்கு வருஷங்கள் நந்தவனம்! நந்தவனம்.!

(ஜின் – டானிக் ஊற்றப்பட்ட கோப்பையை ஜூலியாவின் முன்னால் வைத்துவிட்டு, தன்னுடைய கோப்பையிலிருந்து மிடறுமிடறாகச் சுவைக்கத் தொடங்குகிறாள்.)

சதீஷ் இங்கிலாந்துக்கு வந்த பிறகும் நான் அந்த நந்தவன நினைவிலேயே மூழ்கி மூன்றாண்டுக் காலம் வாழ்ந்தேன். போன ஆண்டு, இங்கே வந்து பார்த்தால், சதீஷ் மாறியிருந்தான். நீ சொன்னதுபோல ஆரோக்கியசாலியாக இருந்தான். விருந்துகள் – களியாட்டங்கள் – ஆங்கிலேயத் தோழிகள்! அவர்களுடைய வெள்ளையான முகங்களைப் பார்க்கும்போதெல்லாம் எனக்குள் வெறுப்பு பொங்கியெழுந்தது. அந்த வெள்ளைத் தோலையெல்லாம் உரித்துக் குவித்து நெருப்பிட்டுச் சுடவேண்டும் என்று தோன்றியது. *(சிரித்து)* இன்னும் என்னென்னமோ! மூளையே செல்லரித்துக் கிடக்கும்போது, இப்படி பைத்தியக்காரத்தனமான எண்ணங்கள் தோன்றாமல் வேறென்ன செய்யும்? சதீஷுக்கு புதிய கேர்ள் ஃப்ரெண்ட் கிடைச்சதுமே நான் கௌதம் பக்கமாகச் சாய்ஞ்சிட்டேன். அந்த உறவு முறிந்ததுமே, நானும் கௌதமை விலக்கி வீசிட்டேன். கடந்த வருஷம் முழுக்க, கிளையிலிருந்து கிளைக்குத் தாவக்கூடிய வௌவால்போல இருந்தேன். எனக்குத் தேவைப்படும் விதத்தில் அவனை நான் பயன் படுத்திக்கொள்கிறேன் என்பதை கௌதம் புரிந்துகொள்ளவே

இல்லை. பாவம்! *(சிரித்து)* கடந்த வருஷம்முழுக்க நான் அறைக்குள்ளேயே தனியாக சதீஷை நினைத்துக்கொண்டு விடியவிடிய கண்விழித்தபடி உட்கார்ந்திருந்தேன். நீங்க ரெண்டுபேரும் இங்கே படுக்கையில் ஒன்னா படுத்து உருண்டிட்டிருக்கும்போது, அங்கே நான் அவனையே நினைச்சி நினைச்சி அழுதுட்டிருந்தேன். அவன் படுக்கப் போகிற சமயத்தில, தொடையிடுக்கில் கைகளை மடக்கிவச்சிகிட்டு நானும் தூங்கப் போவேன். தூக்கம் வராத சமயத்தில நகத்தால முதுகில் சொரிஞ்சி கிட்டே இருப்பேன்.

(தாங்கிக்கொள்ளமுடியாத ஜூலியா குழப்பத்தில் நெளிகிறாள்.)

அடுத்தவர்களுடைய அப்பாவித்தனத்தை பயன்படுத்திக் கொள்வதில் சதீஷ் திறமையானவன் என்பது உண்மை. ஆனாலும், உன்னிடம் இதையெல்லாம் அவன் ஏன் சொல்லவில்லை என்பதுதான் ஆச்சரியமாக இருக்கிறது. என்னை மனநல மருத்துவமனையில் சேர்த்து, பாதுகாப்பாக அறைக்குள் வைத்துப் பூட்டியபிறகு, அவன் உன்னைத் திருமணம் செய்துகொண்டது ஏன்? நீ அதைப்பற்றி என்றும் யோசித்ததே இல்லையா? ஜூலியா, நீ ஜின்னைத் தொடவே இல்லையே, எடுத்துக்கோ ...

(ஜூலியா பீதியுடன் அமர்ந்திருக்கிறாள்)

ஒரு கேள்விக்குப் பதில் சொல். உங்கள் திருமணம் நடந்ததிலிருந்து இன்றுவரைக்கும் அவன் ஒருமுறையாவது

நெருங்கி வந்திருக்கிறானா, சொல். ஒரே ஒருமுறையாவது?

(பதில் இல்லை. யாமினியின் முகத்தின்மீது, வெற்றிக்களை படர்கிறது)

என்னால் சத்தியம் செய்து சொல்லமுடியும். அவன் கைகூட உன்மீது பட்டிருக்காது. நான் இங்கே இருக்கும்வரைக்கும் அவன் உன்னைத் தொடமாட்டான். நானும் சீக்கிரமாக இந்த இடத்தைவிட்டுச் செல்லப் போவதுமில்லை.

(ஜூலியா எழுந்து படுக்கையறைக்குள் செல்கிறாள். ஆனால் அதற்குள் அவளை வழிமறித்தபடி எழுந்து நிற்கிறாள் யாமினி.)

இரு. கேட்கத் தொடங்கியபிறகு, முழுசாகக் கேட்டுவிட்டுப் போ. சதீஷ் உன்னைத் திருமணம் செய்துகொண்டான் என்பதில் எனக்கு எந்த வருத்தமும் இல்லை. அவன் ஆரோக்கியமானவன். சரியான காரியத்தையே செய்திருக்கிறான். ஆனால் அவன் ஒரு குற்றம் புரிந்திருக்கிறான். நான் கருவுற்றேன்.

(ஜூலியா அச்சத்துடன் அவளையே பார்க்கிறாள்.)

அத்துடன் கனவு கலைந்தது. எனக்கு வயசு இருபத்தியொன்னு. வீட்டைக் கவனிச்சிக்கிற பொறுப்பு எனக்கு இருந்தது. மிகவும் பயந்துபோய் மனம்கலங்கி உட்கார்ந்துட்டேன். ஆனால் பதினேழு வயதுள்ள என் தம்பி – என் அன்புத் தம்பி – ஒரு டாக்டரைத் தேடி அழைத்துவந்தான். என் கருவைக் கலைத்துக்கொள்ள உதவி செய்தான். அதற்குப் பிறகு, என் பக்கம் திரும்பவில்லை.

கிரீஷ் கார்னாட்

எனக்கு அப்போது அவனுடைய துடிப்பும் வேகமும் தேவையாக இருந்தது. காவலும் தேவையாக இருந்தது. அப்போது கைவிட்டுவிட்டான். –

ஜூலியா: சும்மா இரு! சும்மா இரு!

(சத்தமிட்டபடியே வெளிக்கதவுவரைக்கும் ஓடுகிறாள். கதவைத் திறந்துகொண்டு ஓடி விடுகிறாள். கதவு சத்தத்தோடு மூடிக்கொள்கிறது. யாமினி சோஃபாவின்மீது உட்கார்கிறாள். கண்ணுக்குத் தெரியாத யாரோ ஒருவரைப் பார்த்துச் சொல்வது போல –)

யாமினி: இப்ப ஒன்னும் தொந்தரவு கொடுக்கவேணாம். அப்புறமா வா. அப்புறமா ...

காட்சி: ஒன்பது

(மாலை. வீட்டில் இருள் அடர்ந்திருந்தபோதும் விளக்கு ஏற்றப்படவில்லை.

கடந்த காட்சியில் யாமினி உட்கார்ந்திருந்த இடத்திலேயே இன்னும் உட்கார்ந்திருக்கிறாள். கட்டுக்கடங்காத ஆர்வம் அவளுக்குள் பொங்கி வழிகிறது. தொலைபேசி மணி அடிக்கிறது. வேகமாகச் சென்று எடுக்கிறாள்.)

யாமினி: யாரு? ஆமாம் – இல்லை, மிஸ்டர் ராவ் வீட்டில இல்லை. அவன் லேபுக்கு ஃபோன் செஞ்சா – ஓஹோ, அப்படின்னா கொஞ்ச நேரத்துல வந்துடலாம். நான் அவனுடைய அக்கா. யாமினி ராவ்.

(சிறிதுநேரம் அடுத்தமுனையில் சொல்வதைக் கேட்டிருந்து விட்டு, சத்தமாக)

ஐயோ! அப்படியா? ஏன்? அப்படி ஏன் செய்துகிட்டாளாம்? சரி சரி. வந்ததுமே சொல்றேன் ... உங்க டெலிபோன் நெம்பர்?

(குறித்துக்கொள்கிறாள். வாசல் கதவில் சாவி வைத்துத் திருப்பும் சத்தம் கேட்கிறது. அவசரம் அவசரமாக...)

சரி சரி, தேங்க்ஸ்.

(கதவைத் திறப்பதற்குள் ஃபோனை வைத்துவிடுகிறாள். சதீஷ் உள்ளே வருகிறான். பனியால் நனைந்துபோன ஓவர்கோட்டைக் கழற்றியபடி ...)

சதீஷ்: தூ, காலையிலிருந்து ஒரேவடியா விடாம கொட்டிட்டே இருக்குது, இந்த மோசமான பனி! அட, இன்னும் ஏன் விளக்குகூட போடாம இருக்குது?

(விளக்குக்கான ஸ்விட்சை ஆன் செய்கிறான். யாமினியைப் பார்த்து அன்போடு...)

ஹலோ யாமினி, இருட்டுல தனியா உட்கார்ந்து என்ன செய்யறே?

(யாமினி பதில் சொல்வதில்லை)

ஜூலியா எங்கே? வெளியே போயிருக்காளா என்ன? மோசமான பனி. யாரோ பேசிட்டிருந்தமாதிரி இருந்தது.

யாமினி: நான்தான் பேசிட்டிருந்தேன். ஃபோன் வந்திருந்தது.

சதீஷ்: அப்படியா? *(படுக்கையறையின்பக்கம் போய்க்கொண்டே)* யார் பேசினாங்க?

யாமினி: சதீஷ், இங்கே வா.

சதீஷ்: எங்கே?

யாமினி: இங்கே. இங்கே வந்து உட்கார். என் பக்கத்தில்.

சதீஷ்: ஏன்?

யாமினி: எதற்கும் இல்லை. நான் சொன்னபடி செய். வா.

சதீஷ்: *(பதைபதைப்போடு)* என்னாச்சி யாமினி?

யாமினி: பயப்படவேணாம். அந்த ஃபோன் – போலீஸ்காரங் களிடமிருந்து வந்தது. ஜூலியா –

சதீஷ்: *(உணர்ச்சிவசப்பட்டவனாக)* ஜூலியா?

யாமினி: ஒன்னுமில்லை. இப்ப நல்லா இருக்கா. உயிருக்கு அபாயம் எதுவும் இல்லை.

சதீஷ்: யாமினி, என்னாச்சி?

யாமினி: ஒன்னுமில்லை, பயப்படாதே. ஒன்னும் ஆகலை. அவளுடைய பழைய அறை இருந்ததில்லையா? அதனுடைய சாவி இன்னும் அவளிடமே இருந்திருக்கிறது. அங்கே போய் – யாரும் இல்லாத சமயத்தில் – கேஸ் அடுப்புல

தலைய வச்சி தற்கொலை செய்துகொள்ள முயற்சி செஞ்சாளாம்...

சதீஷ்: ஐயோ!

யாமினி: பயப்படவேணாம். நல்லவேளை, வெளியே போயிருந்த அந்த வீட்டுக்குச் சொந்தக்காரங்க சீக்கிரமா வீட்டுக்குத் திரும்பிட்டாங்க போல. காப்பாத்திட்டாங்க.

சதீஷ்: *(அதிர்ச்சியில் உறைந்து)* போலீஸ் நெம்பர் கொடுத்திருக் காங்களா?

யாமினி: ஆமாம். ஆனால், அந்த போலீஸ் ஆபீசர் நீ வுட்ஸ்டாக் நர்சிங் ஹோமுக்கு வந்தா போதும்னு சொன்னாரு.

(அவன் வாசலைநோக்கி ஓடுகிறான்.)

சதீஷ்!

சதீஷ்: என்ன?

யாமினி: ஒன்னுமில்லை.

(அவனையே பார்க்கிறாள்.)

சதீஷ்: என்னாச்சி, யாமினி?

(அவள் பதில் சொல்வதில்லை. அவன் வெளியே ஓடுகிறான். அவன் படியிறங்கிச் செல்லும் சத்தம் கேட்கிறது. அதைக் கேட்டபடி நிற்கிறாள்.)

யாமினி: பாவம்!

(திடீரென சிரிக்கத் தொடங்குகிறாள். சிரித்துக்கொண்டே முற்றத்தைச் சுற்றிவந்து ஆடுகிறாள்.)

வா, என் கடவுளே, டேவிடின் குரலையுடைய என் ராஜா, வா! தற்கொலை முயற்சியில் இறங்கிவிட்டாளா? தற்கொலையைப்பற்றி அந்தக் குரங்குக்கு என்ன தெரியும்? அவளுக்கு நான் காட்டுகிறேன். என்னிடம் எந்த அளவுக்கு திறமை இருக்கிறது என்பதை அவளுக்குக் காட்டுகிறேன்.

(ஜன்னலின் திரையை மூடுகிறாள். கைப்பையிலிருந்து ஒரு பிளேடை எடுக்கிறாள். அதன் விளிம்பின்மீது விரல்களால் தடவிப் பார்க்கிறாள். முகத்தின்மீது படிந்திருந்த பைத்தியக்களை மறைந்துபோகிறது. விளிம்பின் கூர்மையைச் சோதித்துப் பார்ப்பதற்காக தன் கூந்தலிலிருந்து நாலைந்து இழைகளை எடுத்து, அவற்றின் முனைகளைக் கத்தரித்துப் பார்க்கிறாள். சோஃபாவின்மீது உட்கார்கிறாள். பிளேடையே பார்த்தபடி, நடுங்கும் குரலில்)

என் மரியாதையை நீதான் காப்பாத்தணும், புரியுதா?

(தன் மணிக்கட்டின் நரம்புகளை பிளேடால் வெட்டிக் கொள்கிறாள். ரத்தம் பொங்கி வழிகிறது. வலியின் அடையாளமே இல்லாதவளைப்போல அந்த ரத்தத்தையே பார்க்கிறாள். அதற்குப் பிறகு, சோஃபாவின்மீது தலையைச் சாய்த்து, கண்மூடி)

வா, என் கடவுளே. பேச்செல்லாம் இத்தோடு போதும். இனிமேல் எனக்கு தூக்கம் வரும்வரை ஒரு தாலாட்டுப்பாட்டு பாடு...

அஞ்சும் மல்லிகை

காட்சி: பத்து

(ஜூலியா ஃபோனில் பேசிக்கொண்டிருக்கிறாள். அவளுடைய பிறந்தநாளின் மாலைப்பொழுதில் பரிசாக அவளுக்கு யாமினி கொடுத்த புடவையை அணிந்துகொண்டிருக்கிறாள்.)

ஜூலியா: முடியாதா?... ரி, ... இல்லை, வேறு யாரும் இல்லை, நாங்க ரெண்டுபேர் மட்டுமே. கௌதம் இந்தியாவுக்கு போயிட்டான். இப்போது...சரி! அப்படியா? ஓ, நல்லது. வாழ்த்துகள்!

(அழைப்புமணியின் ஓசை. டெலிபோன் குழல்மீது கையை வைத்து மூடியபடி ஜூலியா அழைக்கிறாள்.)

சதீஷ், யாரென்று பார்க்கிறாயா? நான் ஃபோன்ல பேசிட்டிருக்கேன்.

சதீஷ்: *(உள்ளே நுழைந்தபடி)* இதோ பார்க்கிறேன்...

ஜூலியா: *(தொலைபேசியில்)* ரொம்ப நல்ல செய்தி.! சந்தோஷம்...

(சதீஷ் கதவைத் திறக்கிறான். அதிர்ச்சியடைந்து நிற்கிறான்.)

சதீஷ்: வா, வா, டேவிட்... உள்ளே வா...

(டேவிட் உள்ளே வருகிறான். என்ன சொல்வதென்று தெரியாதபடி நிற்கிறான்...)

ஜூலியா: *(டேவிடைப் பார்த்ததும், ஃபோனில் அவசரம் அவசரமாக)* பை, ஹெர்ரி, உன் அத்தை மாமா

எல்லோருக்கும் எங்க வணக்கங்களைச் சொல். பை...
(ரிசீவரை கீழே வைக்கிறாள்.)

சதீஷ்: உட்கார், டேவிட்.

டேவிட்: அதாவது... அதாவது...ன்ன...றுதிச்சடங்குக்கு வர முடியாம போயிட்டுது.. உங்களுக்கு எந்தமாதிரி இருக்குமோன்னு...

(அவன் ஜூலியாவின்பக்கம் பார்க்கவே இல்லை)

சதீஷ்: உட்காரலாமே. டீ குடிக்கிறாயா? ஏதாவது இனிப்பு? *(விவரம் சொல்வதுபோல)* யாமினி மறைந்து இன்றோடு பதின்மூன்று நாட்கள் முடிந்துவிட்டன.

(டேவிடுக்குப் புரியவில்லை.)

பதின்மூன்றாவது நாள், இறந்துபோனவர்களுடைய ஆத்மா பூமியில் இருக்கக்கூடிய எல்லா உறவுகளிடமிருந்தும் விடுதலையாகி, முக்தியடைகிறது என்பது எங்களுடைய நம்பிக்கை.

டேவிட்: சரி சரி!

சதீஷ்: முக்கியமான நாள் இது. அதற்காகத்தான் ஏதாவது...

டேவிட்: வேணாம், தேங்க்ஸ். நான் கிளம்பணும். என்ன சொல்லணும்ன்னா – யாமினி – எனக்கு ஒரு பெயிண்டிங் கொடுக்கிறேன்னு சொல்லியிருந்தாள். ஞாபகத்துக்காக. அதை வாங்கிக்கொண்டு போவலாம்ன்னு வந்தேன்...

அஞ்சும் மல்லிகை

(எல்லோருடைய கண்களும் சுவர்மீது வைக்கப்பட்டிருந்த அவளுடைய பெயிண்டிங்மீது படர்கின்றன.)

சதீஷ்: *ஸாரி . . .*

டேவிட்: நல்ல பெண். என்னுடைய நண்பர்கள் எல்லோருக்கும் அவளைப் பிடிக்கும் . . . சரி . . . வரேன் . . .

(கிளம்பிச் செல்கிறான். மௌனம்.)

ஜூலியா: பெட்ரீஷியா – ஹெர்ரி ஃபோன் பண்ணியிருந்தாங்க. அவளுடைய அம்மா வீட்டுல அவுங்க இருக்காங்களாம். இப்போது ஹெர்ரியிடம் பழகிப்பழகி, அவளுடைய அம்மாவுக்கும் அப்பாவுக்கும் ஹெர்ரிமீது நல்ல மதிப்புள்ள வங்களா மாறிட்டாங்களாம்.! அன்புள்ள மருமகன்! ஒரே பாராட்டுதானாம்!

சதீஷ்: அப்படின்னா, எல்லாம் சரியா பொருந்தி வந்துட்டுதுன்னு சொல்லு.

ஜூலியா: ஹெர்ரிக்கு நல்ல வேலை கிடைச்சிருக்கு தாம். லியாஜார்ட்ஸ் பேங்க்கில. உசத்தியான வேலை யாம்.

சதீஷ்: உசந்த வேலையா இல்லைன்னா, ஹெர்ரி ஒத்துட்டிருப்பானா என்ன?

ஜூலியா: ரெண்டு பேரும் ஹனிமூனுக்கு பெட்ரீஷியாவுடைய அம்மா அப்பாவோடு பாந்தேன்ப்லோக்குக்கு கிளம்பறாங் கலாம்.

(இருவரும் சிரிக்கிறார்கள். அந்தச் சிரிப்பில் எந்த தப்பான பொருளும் இல்லை.)

அப்படின்னா, இன்னைக்கு சாயங்காலம் நாம ரெண்டு பேர்மட்டுமே.

(கைப்பையைத் திறந்து, அதிலிருந்து ஒரு புகைப்படத்தை வெளியே எடுக்கிறாள்.)

இதை வைத்துக்கொள்ளவேணுமா?

சதீஷ்: என்ன அது?

ஜூலியா: உன்னுடைய பழைய வீட்டின் படம்...

சதீஷ்: 'என்னுடைய' வீடா? எனக்கு ஐந்து வயது முடிவதற்குள்ளாகவே அதை அப்பா விற்றுவிட்டார்.

(மௌனம்)

நான் உன்னிடம் சொல்லியிருக்கேன்.

(ஆமாம் என்பதுபோல தலையசைத்தபடி ஜூலியா படத்தை மேசையின்மீது சாய்ந்தவாக்கில் வைக்கிறாள்.)

அப்புறம், அந்தக் காட்சி – ஒரு மழையில நனைஞ்ச அக்கா தம்பி ரெண்டுபேரும் கட்டிப் பிடித்து நிற்கிற காட்சி – அது ஒரு பிரபலமான வங்காளத் திரைப்படத்தில் வரக்கூடிய காட்சி. நீ அதைப் பார்த்திருக்க மாட்டாய்.

ஜூலியா: பார்த்திருந்தாலும் பெரிய வித்தியாசமொன்றும் தோன்றியிருக்காது. அவள் சொல்லச்சொல்ல – அவள்

சொல்வதை நம்பக்கூடாதுன்னு ரொம்ப முயற்சி பண்ணிட்டிருந்தேன். உள்ளுக்குள்ளேயே போராடிட்டிருந்தேன். ஆனால் ஒவ்வொரு வார்த்தையும் வேடர்களுடைய வலையைப் போல கட்டி இழுத்துட்டுது ...

சதீஷ்: மனநிலை சரியில்லை ...

ஜூலியா: அப்படி சொல்லாதே. உன்னை அவள் விரும்பினாள்ங்கற ஒரு விஷயத்தைத் தவிர வேற என்ன செஞ்சிட்டா அவள்? அதை ஏற்றுக்கொள்ளலாம். ஏற்றுக்கொள்ளத்தான் வேணும். அப்புறம் என்ன? அவள் ஒரு அற்புதமான கற்பனையை கட்டியெழுப்பினாள். உருவமில்லாத ஒன்றை கலையுணர்வோடு கட்டியெழுப்பினாள். உண்மைதான். அதே சமயத்தில அவள் எல்லாச் சமயங்களிலும் ஆசைப்பட்டிருந்ததும் இதுதான் அல்லவா? அந்த இடத்தில் வெற்றி அடைந்துவிட்டாள். என்னை பாதாள உலகத்தின் விளிம்புக்கே தள்ளிக்கொண்டு சென்றுவிட்டாள். நான் உருண்டு உருண்டு விழுந்து, எப்படியோ பிழைத்தெழுந்து வந்தேன். இப்போது, எனக்குள்ளாகவே என்னைப்பற்றி ஒரு நம்பிக்கை பிறந்திருக்கிறது. வளர்ந்து நிற்கிறது. அதற்காக, நான் அவளுக்கு என்றென்றும் கடமைப்பட்டிருக்கிறேன்.

(சதீஷின் அருகில் காலை மடக்கிக்கொண்டு உட்கார்ந்து, அவனைத் தழுவிக்கொள்கிறாள். சதீஷ் அவளை இழுத்து தோளோடு அணைத்துக்கொள்கிறான். ஜூலியா தன் தலைமுடியைக் கட்டியிருந்த முடிச்சை அவிழ்க்கிறாள்.

அவளுடைய நீளமான பளபளப்பான தலைமுடி அவனுடைய முகத்தின்மீது படர்கிறது. இருவரும் கொஞ்சத் தொடங்குகிறார்கள். அதன் தொடர்ச்சியாக, அவன் அவளுடைய முந்தானையின்மீது கையை வைக்கிறான். ஆனால், முந்தானையைத் தொட்டு விலக்கியவுடன், சட்டென்று அதிர்ச்சியில் உறைந்து பின்வாங்குகிறான். ஜூலியாவின் அணைப்பிலிருந்து விடுபட்டு விலகுகிறான்.)

ஜூலியா: *(அதிர்ச்சியுடன்)* என்ன சதீஷ்?

(அவன் வேதனையைத் தாங்கிக்கொள்ள முடியாதவனாக, உள்ளங்கைக்குள் முகத்தை வைத்து மூடிக்கொள்கிறான். ஜூலியா புடவையைப் பார்க்கிறாள்.)

இன்னைக்கு அவள் வீட்டைவிட்டு போய்விடுவாள்ன்னு நீயே சொல்லியிருக்கியே...

(மௌனம்)

சரி, அவளுடைய பைத்தியக்காரத்தனமான ஆட்டத்தையே நானும் ஆடுகிறேன்...

(உட்கார்ந்த இடத்திலிருந்து சட்டென்று எழுந்து, புடவையை அவிழ்த்து தொலைவில் வீசுகிறாள். அணிந்துகொண்டிருந்த ப்ளவுஸைக் கழற்றி வீசுகிறாள்.)

இல்லறவாழ்க்கையை தொடங்குவதற்கு முன்பாக, நாம் யார் என்பதை முதலில் தெரிந்துகொள்வோம்...

அஞ்சும் மல்லிகை